D1679751

யாத்திரை

யாத்திரை

ஆர். என். ஜோ டி குருஸ் (பி. 1964)

நெல்லை மாவட்டம் உவரியில் பிறந்தவர். சென்னை லயோலா கல்லூரியில் எம்.ஏ., திருச்சி புனித வளனார் கல்லூரியில் எம்.ஃபில்., பட்டம் பெற்றவர்.

இவரது 'ஆழி சூழ் உலகு' தமிழக அரசின் சிறந்த நாவலுக்கான விருதைப் பெற்றது. 'கொற்கை' நாவல் சாகித்திய அகாதமி விருதைப் பெற்றது. 2005இல் கனடா இலக்கியத் தோட்டம் விருது பெற்றவர்.

வணிகக் கப்பல் நிறுவனம் ஒன்றில் சென்னையில் பணிபுரிகிறார். தற்போது பாண்டிச்சேரியில் வசிக்கிறார்.

மனைவி: சசிகலா, மகன்: அந்தோனி டி குருஸ், மகள்: ஹேமா டி குருஸ்.

மின்னஞ்சல்: rnjoedcruz@gmail.com

ஆசிரியரின் பிற நூல்கள்

- புலம்பல்கள் (கவிதை, 2004)
- ஆழி சூழ் உலகு (நாவல், 2004)
- கொற்கை (நாவல், 2009)
- அஸ்தினாபுரம் (நாவல், 2016)
- வேர் பிடித்த விளைநிலங்கள் (தன்வரலாறு, 2017)
- கவனம் தேடும் கடலோரம் (கட்டுரைத் தொகுப்பு, 2019)
- படைப்புகளின் உரையாடல் (கட்டுரைத் தொகுப்பு, 2020)

ஆவணப் படங்கள்

- விடியாத பொழுதுகள்
- Towards Dawn
- எனது சனமே
- இனயம் கள நிஜங்கள்

ஆர். என். ஜோ டி குருஸ்

யாத்திரை

காலச்சுவடு பதிப்பகம்

அன்பார்ந்த வாசகருக்கு,
வணக்கம்.

காலச்சுவடு நூலை வாங்கியமைக்கு நன்றி.

நூலின் உள்ளடக்கம், உருவாக்கம், அட்டைப்படம் இன்ன பிற அம்சங்கள் பற்றிய உங்கள் கருத்துகளையும் ஆலோசனைகளையும் காலச்சுவடு வரவேற்கிறது. தகவல், எழுத்து, வாக்கியப் பிழைகள் தென்பட்டால் கட்டாயம் தெரிவித்து உதவுங்கள். நூல் தயாரிப்பில் கடும் குறைபாடு இருப்பின் மாற்றுப் பிரதி உங்களுக்குக் கிடைக்கக் காலச்சுவடு ஏற்பாடு செய்யும்.

மின்னஞ்சல்: **publisher@kalachuvadu.com**

காலச்சுவடு நாகர்கோவில் தலைமையகத்துக்கும் கடிதம் அனுப்பலாம்.

தங்கள்
எஸ்.ஆர். சுந்தரம் (கண்ணன்)
பதிப்பாளர் — நிர்வாக இயக்குநர்

யாத்திரை ✻ நாவல் ✻ ஆசிரியர்: ஆர். என். ஜோ டி குருஸ் ✻ © ஆர். என். ஜோ டி குருஸ் ✻ முதல் பதிப்பு: செப்டம்பர் 2021, இரண்டாம் பதிப்பு: ஆகஸ்ட் 2022 ✻ வெளியீடு: காலச்சுவடு பப்ளிகேஷன்ஸ் (பி) லிட்., 669, கே.பி. சாலை, நாகர்கோவில் 629001

yaattirai ✻ Novel ✻ Author: R.N. Joe d' Cruz ✻ © R.N. Joe d' Cruz ✻ Language: Tamil ✻ First Edition: September 2021, Second Edition: August 2022 ✻ Size: Demy 1 x 8 ✻ Paper: 18.6 kg maplitho ✻ Pages: 152

Published by Kalachuvadu Publications Pvt. Ltd., 669 K.P. Road, Nagercoil 629001, India ✻ Phone: 91-4652-278525 ✻ e-mail: publications @kalachuvadu.com ✻ Printed at Mani Offset, Chennai 600077

ISBN: 978-93-91093-80-8

08/2022/S.No. 1011, kcp 3762, 18.6 (2) 9ss

பாட்டி பிரகாசிக்கு. . .

என்னுரை

கொரோனாக் காலத்துத் தனிமை நம்மில் பலரைப்போல எனக்கும் கிடைத்தது. தொழில் சார்ந்து அடிக்கடி பயணப்படும் நான், ஒரே இடத்தில் வலுக்கட்டாயமாய் இருக்க வேண்டியிருந்தது. அது கடற்கரையாய் இருந்ததால், கடலையே அவதானித்தபடி இருந்தேன். வாசிப்பும் கைகூடியிருந்தது. நாவல் எழுத வேண்டாமே என்றிருந்த என்னால், எழுதாமல் இருக்க முடியவில்லை. இன்னும் சொல்லப் படாதவைகளைச் சொல்லலாமே என்ற உறுத்தல் நாளும் தொடர்ந்தபடியே இருந்தது.

'பாலைவனத்தில் ஓடியபடி இருந்த ஒரு நாய், தூரத்தில் ஒரு காய்ந்த எலும்புத் துண்டைக் கண்டது. பாதையிலிருந்து விலகிப்போய் அந்த எலும்புத் துண்டை எடுத்து, பதற்றத்தில் அங்குமிங்கும் பார்த்தபடியே ஓடி, யாரும் அறியா வண்ணம் அதைக் குழிதோண்டிப் புதைத்துவிட்டுத் திரும்பவும் தன் பாதை வழியே ஓடியபடி இருந்தது.' 'இலக்கியப்படகு' என்ற புத்தகத்தில் திருலோக சீதாராம் எழுதிய வரிகள். அந்த நாளில் படித்தது. மறக்க முடியாதது.

இரண்டு வருடங்களுக்கு முன்னால், 'பிரார்த்தனை' எனும் பெயரில் குறிப்பெடுத்து வைத்திருந்தேன். தலைப்பு மாறியபடியே இருந்தது. முதலில் 'பிரார்த்தனை' என்றிருந்தது, 'அவன்' என்றாகிப் பின் அதுவே 'யாத்திரை'யாகி இருக்கிறது. ஏன் அப்படி என்ற கேள்விக்கு என்னிடம் பதிலில்லை.

எழுதி முடித்த பின், என்னுள் சாந்தம் நிலவியதை மறுக்க முடியாது. நடக்க வேண்டியது நடந்திருக்கிறது. பதிவாக வேண்டியது பதிவாகி இருக்கிறது. இந்த நாவலில் கதாபாத்திரம் ஒரு சிறுவன், அவனது பரிணாம வளர்ச்சி. அவ்வளவுதான்.

இந்த மண்ணில் தடுக்கிவிழும் இடமெல்லாம் தொன்மங்களும் வரலாறும் இருப்பது போலவே கடலோர வாழ்விலும் அறுவடையோ மிகுதி, வேலையாட்களோ குறைவு என்றுதான் சொல்லத் தோன்றுகிறது. வரும் காலங்களில் அக்கறையுள்ள இளையோர், கடலோர வழ்வை இன்னும் அக்கறையோடும் ஆழமாகவும் பதிவு செய்யலாம்.

கடலோரத்தின் நம்பிக்கை மாற்றம், சாதாரணமாய்க் கடந்துபோகும் சம்பவமல்ல. ஒரு யுகம் புரண்டு படுத்தது போல... ஆய்வு செய்து எழுதினால், பெரும் நாவலுக்கான தளம். அதுபோலவே கடலோரத் தொன்மங்கள், பண்பாட்டு அசைவுகள், அரசியல் மாற்றம், தொழில் முறைகள், இன்று வரலாறாய் மண் மூடிக்கிடக்கும், கட்டுமரம் போன்ற தொழில்படு சாதனங்கள் எனப் பல தளங்களில் கடலோர வாழ்வு எழுதப்படலாம்.

பதிப்பாளர்களுக்கும், நாவலைச் செம்மைப்படுத்துவதில் துணைநின்ற எழுத்தாளர், க.வை. பழனிசாமிக்கும் என் நன்றி.

சின்னக் காலாப்பேட்,   ஆர்.என். ஜோ டி குருஸ்
புதுவை.
23—06—2021

கேள்விகளின் எழுத்து

அனுபவம் இல்லாத மனிதர்கள் இல்லை. வரலாறு இல்லாத இனம் இல்லை. அவற்றை எல்லாராலும் சொல்ல முடியும். ஆனால் அவை எல்லாம் நாவலாகாது. அனுபவம் நிகழ்காலத்தில் பட்டுத் தெறித்து அடையும் உருமாற்றமே எழுத்தாக வேண்டும். அதன் ஆழம் அனுபவமல்ல; உருமாற்றத்தின் தன்மை சார்ந்தது; வரலாறும் அப்படித்தான். வரலாறு எந்தப் பின்புலத்தில் பட்டு உருமாற்றம் காண்கிறது என்பதும் அது முன் வைக்கிற உரையாடலும் முக்கியமானது. ஆக கதை சொல்லுவதையும் தாண்டியதே நாவல். நாவலின் பயணத்தில் இப்படியான மாற்றம் நிகழ்ந்திருக்கிறதா என்பதே எனது வாசிப்பாக இருந்தது.

சண்டை நடக்கிறது. ஒரு இடத்தில் குண்டு விழுகிறது. பாதிப்பில் இருப்பவர்கள் தங்களது வலியை, துயரை நேரடியாக உணர்கிறார்கள். இந்த நிகழ்வை வேறு எங்கோ வாழ்கிற மக்கள் செய்தியாக வாசிக்கிறபொழுது அவர்களுக்கு அந்தத் துயரமும் வலியும் இல்லை. ஆனால் அவற்றை உணரலாம். முந்தைய நிகழவில் அது கதையற்றவெளி. பிந்தைய இடத்தில் அது கதைவெளி. வாழ்வில் கதைவெளியும் கதையற்ற வெளியும் கலந்தே இருக்கிறது. நாவலுக்குள் நிகழ்வதும் இதுவே.

வாசகன் கதையின் ஊடாகக் கதையற்றவெளியைத் தீண்டி வாழ்வின்மீது அனுபவம்கொள்கிறான். எதை உணர்த்த வேண்டும் என்று நாவல் தனது கட்டுமானத்தில் குறிப்பாக வைத்திருந்தாலும் வாசகனின் அனுபவம் அதையும் தாண்டி மேலுமான உணர்தலுக்கும் ஆட்படுகிறது. எண்ணற்ற அடுக்குகள்கொண்ட மூலப்பிரதியாக நாவல் இருப்பதால் வாசகனின் அனுபவம் சார்ந்து பல பிரதிகளுக்கு இடமளிக்கிறது.

நாவல் விரிக்கும் கதைவழியாகச் செல்லும் வாசகன் கடற்கரைச் சமூகத்தின் முழு வாழ்க்கையைக் கதையற்றவெளியில் சந்திக்கிறான். அவர்களது பாடுகள் ... வழிபாட்டுத்தலங்கள் ... பிரார்த்தனைகள் ... மூதாதையர் வழியாகத் தொடரும் நம்பிக்கைகள் எனப் பலவற்றை வாசகன் அறிந்துகொள்ள முடிகிறது. மீன் சதா நேரமும் கடலுக்குள்ளேயே இருப்பதில்லை. சட்டென்று நீர்வெளிக்கும் மேலே வந்து தலைகாட்டுகிறது. வாசகன் கதைக்குள் பயணித்தாலும் அவ்வப்போது கதையற்ற நிகழ் உலகத்தையும் எட்டிப் பார்த்துவிடுகிறான். அதற்கான சாத்தியம் உள்ளதே நாவல். வாசிப்பின் ஆகச் சிறந்த அனுபவம் படைப்புலகின் வழியாக நிகழ் உலகை மதிப்பீடு செய்வதே.

நாவலின் வெற்றி அது தனக்குள் சேகரித்துக்கொள்ளும் கேள்விகளும் அவற்றைச் சந்திக்கிற எழுத்தின் அனுபவங்களும் தான். கேள்விகளின் எல்லை தனி மனிதன், சமூகம் என்று எப்படியும் விரியலாம். 'பயணம்' முன் எழுதப்பட்ட நாவல்களிலிருந்து வேறுபடுகிறது. இந்த வேறுபாடு மிகவும் கவனிக்கத் தக்கதாகவும் வரலாற்றின்மீது புதிய திறப்பாகவும் இருக்கிறது. முதல் அத்தியாயத்தின் இறுதிவரிகள் 'பிதாவாகிய சர்வேசுவரனிடம் கேட்பதற்காக அவனிடம் இன்னும் நிறைய கேள்விகள் இருந்தன.' என்று வருகிறது. ஆம், அவனிடம் கேள்விகள் வளர்ந்தபடியே இருந்தன.

நாவலின் தொடக்கத்தில் சிறுவனாகக் காட்சியாகிற 'அவன்' அடுத்து வருகிற அத்தியாயங்களில் மெல்ல வளர்கிறான்; வளர்ந்து பெரியவனாகிறான்; மேலுமான வாழ்க்கையைச் சந்திக்கிறான். இது இயல்பானதே. ஆனால் இந்தச் சிறுவனின் வளர்தலில் ஒரு சமூகத்தின் பரிணாம வளர்ச்சியும் கூடவே காட்சியாகிறது. இந்தியாவின் தென்கோடியில் கிழக்கும் மேற்குமாகப் பரவிக்கிடந்த பரதவ மக்களில் பலர் தவிர்க்கமுடியாத சூழலில் போர்ச்சுகீசியர்களால் கத்தோலிக்கக் கிருத்துவர்களாக மாறுகிறார்கள். அதன் விளைவாக ... தங்களின் வாழ்வாதாரத்தையும் மீட்கிறார்கள். இது அவர்களுக்கு அன்றைய இருத்தலுக்கானத் தேர்வு.

ஆண்டுகளின் நீட்சியில் இந்த நிகழ்விற்குப் பிறகான மக்களின் மனம் சந்தித்த, சந்திக்கிற அவஸ்தைகளே இந்த நாவலின் முக்கியமான கேள்வியாகிறது. இந்த மாற்றம் அவர்களது பண்பாட்டின்மீது படிந்து இனத்தின் வேர்களை அசைக்கத் தொடங்கியபோது ஒரு கொந்தளிப்பு ஏற்படுகிறது. இந்த இடம் நாவல் பரப்பில் கவனத்தை ஈர்க்கிறது. ஒரு மதம் தீவிரமாக ஒரு இனத்தில் வேரூன்றுகிறபொழுது என்னவெல்லாம் நடக்கும் என்பதைப் பார்க்கத் தூண்டுகின்றது. தனது இன அடையாளத்தோடு 'அவன்' கத்தோலிக்க மதத்தை எதிர்கொள்கிற போக்கு நாவலுக்குள் நடக்கும் மிக முக்கியமான நிகழ்வு. இந்த நிகழ்வு தமிழ் நாவல் பரப்பில் புதிய அலையைத் தோற்றுவிக்கின்றது.

வெள்ளையர்களோடு அய்ரிஸ் இன மக்கள் ஒத்துப்போவ தில்லை. அவர்களது மண்ணின் பண்பாடு கலாச்சாரம் சுயம்புவானது. மத நம்பிக்கையும் அதனோடு இணைந்தே பயணிக்கும். இப்படியான இடமிருந்தே உலகில் எல்லா இடங்களிலும் மக்கள் தமது இனம் போற்றிப் பாதுகாத்த விழுமியங்களையும் சேர்த்தே மத நம்பிக்கைகளை வைத்திருந்தார்கள்; அல்லது அவற்றைத் தக்கவைத்துக்கொள்ள போராடியிருப்பார்கள். இந்தியாவின் தென்கோடி வாழ் கத்தோலிக்க மக்களின் இந்த நேர்மையான போராட்டத்தை ஜோவும் இந்த நாவலில் எதிர்கொண்டிருக்கிறார். இந்த இடத்தை ஒரு யுகம் புரண்டுபடுத்ததுபோல என்று குறிப்பிடுகிறார்.

மடக்கலப் பிள்ளை... வேப்ப மரம்... இளம் பாதிரியார்... மூத்தோர் வாழ்வைப் பேசும் குடிகாரர், இவர்களது தொடர்பால் சிறுவனின் அடிப்படை புரிதல்களின்மீது மறுபரிசீலனை நிகழ்கின்றது. முந்தையர் பற்றிய புரிதலும்... கத்தோலிக்க மதக் கட்டமைப்பின்மீதான கேள்விகளோடும் வளர்ந்து 'அவன்' பெரியவனாகிறான்.

"யாரோ 'நாச்சியார் ஆத்தா' பற்றிச் சொன்னார்களே! யார் அவள்? காற்றுக் கடலில் எப்படி அவளால் இவர்களைக் காக்க முடியும்? கடலில் சிரமப்படுபவர்களை மாதாவும் புனிதர்களும்தானே காப்பாற்றுவார்கள்?"

'குணதிசையில் ஆதவன் உதிக்கும் முன் எழுந்து... குடதிசையில் குமரியை தொழுது வணங்கி' என்ற அம்பா பாடலில் வரும் 'குமரி' யார்? சந்தனமாரி' யார்? அடுக்கடுக்கான கேள்விகள் சிறுவனின் மனத்தில் எழுகின்றன. இந்தக் கேள்விகளுக்கு மடக்கலப் பிள்ளையும் சந்நியாசியும் மேலுமான

பாத்திரங்களும் விடை தருகின்றன. அப்போது 'அவன்' தனது வேர்களைப் பார்த்துவிடுகிறான்.

கடலில் பெரும் துயரங்களைச் சந்திக்கிறபோது இந்தப் பெண் தெய்வங்கள் தமது மக்களைக் காப்பாற்றுவதைத் தொன்மங்கள்வழியாக அறிகிறான். மூதாதையர் வழிபாட்டையும் கிருத்துவ வழிபாட்டையும் இணையாகப் பார்ப்பது அவனுள் நிகழ்கின்றது. இனத்தில் மாற்றம் நிகழ்கின்றபோது அந்த மாற்றம் வேர்கள்வரை செல்ல முடிவதில்லை. வாசிப்பின்போது வாசகன் உலகில் நிகழ்ந்த இப்படியான மாற்றங்கள் எல்லாவற்றின்மீதும் பார்வைகொள்கிறான். நாவலின் பங்களிப்பாக இதை வைத்துக்கொள்ளலாம். இந்தப் பண்பாட்டுச் சிக்கலைப் புரிந்துகொள்ளாதவர்கள் 'ஜோ'வின்மீது மத வண்ணம் பூசுகிறார்கள். ஓர் இனம் தனது வேரில் ஊன்றி நிற்பது இயல்பானதுதானே. நம்மிடம் குலதெய்வ வழிபாடு இல்லையா? மூதாதையர்களைத் தெய்வமாக வழிபட்ட இனம் அதிலிருந்து எப்படி விடுபட முடியும்?

நாவலில் வருகிற சிறுவன் ஒரு குறியீடு. அவன் அந்த இனத்தின் ஒட்டுமொத்தக் காலத்தையும் உள்வாங்கிய இடமிருந்து அதிர்கிறான். நாவலின் ஊடாகப் பரதவ மக்களின் வாழ் பரப்பையும் கடந்துவந்த கால நீட்சியையும் வாசகன் ஒரே நேரத்தில் பார்த்துவிடுகிறான். சிறுவனின் பின்புலம் இனத்தின் பின்புலமாக வாசிப்பில் புரிந்துவிடுகிறது.

அவன் மனம் சொல்கிறது ... இயேசு தச்சன் மகன். அவரும் என்னைப் போன்ற எளிய மனிதன். வணங்கத்தக்க இடத்திற்கு அவர் நகர்வது ஈர்க்கிறது. அவர் பிதாவின் மகனாக மாறியது மகிழ்ச்சியாக இருக்கிறது. அப்படியான ஒருவரை நான் பின்தொடர்கிறேன். இயேசு மீதான ரோமானிய அரச கட்டுமானங்கள் எனக்கு வேண்டாம். அவர் மீதான புனைவுகளைத் தவிர்க்கிறேன். கத்தோலிக்கம் வழிபடத் தூண்டும் புனிதர்கள் எல்லாரும் அவர்களது மண்ணின் மூதாதையர்கள். நான் என் மூதாதையர்களோடு இயேசுவையும் இனம் காண்கிறேன் என்ற புரிதல் அவனுள் நிகழ்கின்றது.

'நான் எனது சிலுவையைச் சுமந்து செல்கிறேன். நீங்கள் உங்களது சிலுவையைச் சுமந்துகொண்டு என்னைப் பின் தொடருங்கள்' இயேசுவின் இந்த வார்த்தை அவனை வசீகரிக்கிறது. குடும்பப் பொறுப்பும் சமூக அக்கறையுமான சிலுவையைச் சுமந்துகொண்டு அவரைப் பின்தொடர்வேன். அவர் என்னையும் பிதாவின் நேசகுமாரனாக்குவார். வழிபாட்டு

ஆடம்பரங்களைத் தவிர்த்து மூதாதையர்கள்மீது நம்பிக்கை வைத்து சர்வேஸ்வரனை நேரடியாக வணங்குகிறேன். புனிதர்கள் இடத்தில் வாழ்வாங்கு வாழ்ந்த என் மூதாதையர்களும் இருக்கட்டுமே. எங்களுக்கு நம்பிக்கை ஊட்டியவர்கள் தங்களது மூதாதையர்களைப் பிதாவின் அருகில் நெருங்கும் புனிதர்களாகக் கொண்டாடும்போது அறம் சார்ந்து வாழ்ந்த எங்கள் மூத்தோர்களுக்கு அந்தத் தகுதி இல்லையா? நாவலின் இந்தச் சரடு தமிழ் வாசகப் பரப்பில் புதிய அதிர்வலையை உண்டாக்குகிறது. மண்ணில் வேரூன்றி மதத்தை ஏற்பது இயல்பாக இருக்கிறது.

கோவை
29-06-2021

க.வை. பழனிசாமி

1

காலை ஆராதனைக்குப் பிறகு வெறிச்சோடிய அந்த ஆலயத்தின் பீடத்துக்குப் பின்னால் இருந்த உயரமான சுவரின் உச்சியில், மேகக் கூட்டங்களுக்கிடையே வெண்தாடியோடு இருந்த பெரியவர், தன் இரு கரங்களையும் விரித்தபடி பீடத்தின் முன் முழந்தாள்படியிட்டிருந்த அந்தச் சிறுவனையே பார்த்தவாறு இருந்தார். அவரது இரு தோள்களின் பின்னால் அழகே உருவாய் இரு சம்மனசுகள். அவர்கள், மனுக்குலத்தின் ஆதித் தந்தையும், தாயையும், ஏதேன் தோட்டத்திலிருந்து வெளியேற்றி, இருபுறமும் கறுக்குள்ள வாளோடு காவலிருந்த தூதர்களைப் போல் பயமுறுத்துபவர் களாய் இல்லை. பால் வடியும் முகங்களோடு மேகக் கூட்டங்களுக்கு இடையே தாவி விளையாடும் ஆடையில்லாக் குட்டி சம்மனசுகளைச் சிறுவனுக்குப் பிடித்திருந்தது. பெரியவரின் நெஞ்சுக்கு நேரே கீழே ஒரு வெண்புறா, சிறகுகளை விரித்திருந்தது. புறாவின் நெஞ்சிலிருந்து புறப்பட்ட ஒளிக்கற்றை, கீழே தலையில் ராஜ கிரீடத்தோடு இருந்தவரின் மேல் ஒளிர்ந்தபடி இருந்தது. ஒளியினூடே "இவரே என் அன்பார்ந்த மகன், இவரில் நான் பூரிப்படைகிறேன்" என்றிருந்த வாசகத்தை அவர்கள் பேசிய மொழியில், எழுதப் படிக்கக் கற்றுக்கொண்டிருந்ததால் அவனால் வாசிக்க முடிந்தது.

அவன் பீடத்தை உற்று நோக்கியபடியே இருந்தான். ராஜ கிரீடத்தோடு இருந்தவரின் வலப்புறம் ஒரு மத்திம வயதுப் பெண்ணும், இடப்புறம் ஒரு வயதானவரும் இருந்தார்கள். பெண்ணோ சாந்தம் தவழும் முகத்தோடு இருந்தாள், அவளைப் பரலோக, பூலோக ராக்கினி என்று அந்த ஊர் மக்கள் அழைத்தார்கள். வயதானவரோ அந்த ஊரிலிருந்த பெரியவர்களில் ஒருவர் போலவே இருந்தார். அவருடைய இடது கரத்தில், நிறைய

மீன்கள் தொங்கின. அவை தங்கத்தாலும் வெள்ளியாலும் ஆனவை. பீடத்தில் இருந்த அன்பார்ந்த மகனுக்குக் கீழே, தங்க முலாம் பூசப்பட்ட ஒரு பேழை. அந்தப் பேழையைக் கடந்து போகிறவர்கள் எல்லோரும், பவ்வியமாய் வணங்கிக் கடந்தார்கள். காலைப் பூஜையில், அதற்குள்ளிருந்து அப்பங்களைப் பாதிரியார் எடுத்து வருவார். ஆண்களும் பெண்களும் பயபக்தியோடு அப்பத்தை வாங்கி 'ஆமென்' எனச் செல்வார்கள்.

பீடத்தின் முன்னால் அப்பம் வாங்குவதற்காக மக்கள் முழங்காலிடும் கிராதி அருகே வலப்புறத்தில், கன்னியாஸ்திரிகள் உடையில் ஒரு பெண், இடப்புறம் வலது கையில் சிறிய சிலுவையோடு ஒரு தாடிக்காரர். கன்னியாஸ்திரி உடையிலிருக்கும் அந்தப் பெண்ணிடம் வேண்டினால் ரோஜாப் பூக்கள் கிடைக்குமென்று அக்கா சொல்லியிருந்தாள். கையில் சிலுவை யோடு இருந்த தாடிக்காரர் பெரிய படிப்பாளியாம், பிரான்சு தேசத்திலிருந்து பாவிகளான நம் முன்னோர்களை மீட்பதற்காக அவர் வந்தாரென்றும் அவள் சொன்னாள். பிதாவாகிய சர்வேசுரன் பற்றியும், அவரது நேச குமாரன் பற்றியும், புனிதர்கள் பற்றியும், பிறப்பு முதலே அவனுக்குக் காவலாயிருக்கும் காவல் சம்மனசு பற்றியும் அக்காவிடமிருந்தே அவன் தெரிந்துகொண் டிருந்தான். அந்தத் தாடிக்காரரைப் பெரிய தந்தை என்றே ஊர்மக்கள் அழைத்தார்கள். அவர் பலநூறு வருடங்களுக்கு முன்னால் வந்து அந்த மக்களின் மூதாதையர்களோடு தங்கிப் பணி செய்ததாகவும், நடைபயணமாகவே பல கடற்கரையூர்களுக்கும் சென்றதாகவும் அவன் கேள்விப்பட்டிருந்தான். அவனுக்கும் அந்த பிரான்சு தேசத்தவர்மீது லயிப்பு இருந்தது. ஆனால் மீட்பு என்றால் என்னவென்று அவனுக்கு விளங்கவில்லை, இருந்தபோதிலும் அவன் அக்காவைத் தொந்தரவு செய்யவில்லை.

"எனக்கு அழகான பெயர் இருக்கு, ஆனா கருப்பன்னு எங்கூட படிக்கிற பசங்க கூப்புடுறாங்க. என்னோட அழகு ராசான்னு சொல்லுற ஆத்தாகூட கோபம் வந்தா, கருப்பான்னுதான் கூப்புடுறா. கபடி விளையாடப் போனா, மூக்குல மிதிக்கிறான்வ. மட்டப் பந்து விளையாடுனா, பந்துல மட்ட படமாட்டுதுன்னு கிண்டல் பண்ணுறாங்க. மரக் குரங்கு விளையாட்டுதான் எனக்கு பிடிச்சிருக்கு. எறிபந்து விளையாட்டும் பிடிச்சிருக்கு, ஆனா கூனப் பயன்னு என்னய விளையாட்டுக்குச் சேத்துக்க மாட்டுறான்வ. நேத்து பாட்டி மூணு பைசா தந்தா, ஆனா ஓடிப்போயி பாக்குறதுக்குள்ள ஐஸ் வண்டிக்காரன் போயிற்றான். இன்னக்கி எனக்கு குச்சி ஐஸ் கண்டிப்பா வேணும், இல்லியா சவ்வு மிட்டாயாவது வேணும். திருவிழாக் கடையில நிறைய பொம்மைகள் இருந்திச்சி. ஆத்தாட்ட

வாங்கிக் கேட்டேன். முடியாது போன்னு சொல்லிற்றா. எனக்கு அந்தத் தம்புறு அடிக்கிற குரங்குப் பொம்ம கண்டிப்பா வேணும். இந்தத் தடவையாவது ஆத்தா வெளியூர் போகும்போது, எனக்கு ஒரு மாட்டு வண்டி வாங்கிட்டு வரச் சொல்லுங்க அல்லது ஒரு கப்பல். ஏரோபிளேன் வேண்டாம், எனக்கு ஓட்டத் தெரியாது. பள்ளிக்குடத்துல கொட்டாவி விட்டுத் தூங்கி விழுறன்னு டீச்சர் அடிக்கிறாங்க, வயித்துக்குள்ள இருக்க பேய், வாய் வழியா கைய விரிச்சா கொட்டாவி வருமாம். உடனே வாயில் சிலுவை அடையாளம் போட்டா, கொட்டாவி போயிருமின்னு அவங்க சொன்னாங்க.”

பீடப் பரிசாரகனாக ஆவதுதான் அந்த நாள்களில், அவனது பிரதான ஆசையாக இருந்தது. வழிபாட்டிற்காகச் சிறுவர்கள் அணியும் சிவப்புநிற நீள அங்கியும், அதன் மேலே அணியும் வெள்ளைக் கவுனும் அவனைக் கவர்ந்திருந்தன. ஆலயத்தில் காலையில் நடக்கும் பூசையிலும், மாலை வேளையில் நடக்கும் ஆசீர்வாதத்திலும் தூபம் போடும் சீசனாய் இருப்பதாய் அவன் கனவுகள் கண்டதுண்டு. ஆண்டவர் அண்ணன்தான், அவனை ஆலயத்தின் சக்ரீஸ்துக்குள் கைபிடித்துக் கொண்டுபோய்ச் சேர்த்துவிட்டிருந்தார். ஒரு புயல் நாளில் ஒல்லியான சரீரத்தோடு இருந்த அவரை, காற்று உயரத் தூக்கிப் போனதாகவும், காற்றுவாக்கில் கைகளை விரித்தபடியே அவர் பறந்ததாகவும், வழியில் குறுக்கிட்ட பனைமரத்தைப் பிடித்துக் கீழே இறங்கிய தாகவும் கதை சொல்வார்கள். வானிலிருந்து இறங்கியதால் அவரை ஆண்டவர் என ஊர்க்காரர்கள் கூப்பிட ஆரம்பித்து, அதுவே அவர்கள் குடும்பப் பெயராகவும் நிலைத்துவிட்டது.

ஆலயத்தில் காலைப் பூசைக்கான முதல் மணி அடித்திருந்தது. அதிகாலைப் பூசைக்கு சீசனாய் உடுப்பு போடும் ஆசையில் கோவில் பக்கம் வந்திருந்த சிறுவன், கெபிக்கு முன்னால் உயரமாய் வளர்ந்த பன்னீர்மரங்கள் உதிர்த்திருந்த பூக்களைக் கையிலெடுத்து முகர்ந்தபடியே இருந்தான். கெபியின் மேற்புறமிருந்த பீடத்தில், ஆலயப் பீடத்தில் இருந்த அதே பெண், முக்காடிட்டபடி விண் நோக்கி நின்றிருந்தாள். அவ்ளது உடை வெளிர்நீல நிறத்தில் இருந்தது. அவளது வலப்புறத்தில் கீழே, ஒரு பாறைமேல் இளம் பெண்ணொருத்தி முழந்தாள்படியிட்டிருந்தாள். அவளது கைகள் மேலே இருந்த பெண்ணை நோக்கிக் கூப்பியிருந்தன. ‘அவள் நிலவின் மேல் நின்றுகொண்டிருந்தாள், கதிரவனை ஆடையாய் அணிந்திருந்தாள், தலையில் பன்னிரு விண்மீன்களை முடியாகச் சூடியிருந்தாள்’ என்று சனிக்கிழமைகளில் அந்த ஊர் மக்கள் கெபியில் நின்று பயபக்தியோடு பாடுவார்கள். ‘ஆவே மாரி ஸ்டெல்லா, தெயி மாக்த்தர் ஆல்மா. ஆக்வே சேம்பர்

வீர்கோ ஃபெலிக்ஸ்சேலி போர்தா' என்ற புரியாத மொழியிலும் அவர்களின் பாடல்கள் இருந்தன. அவனுக்கும் அந்தப் பாடல் மனப்பாடமாய்த் தெரியும், ஆனால் மொழிதான் புரியவில்லை. அவன் பூக்களின் அழகில் மயங்கியிருந்த வேளையில், அவனது நண்பர்கள் கோவிலுள்ளே போய் சீசர்களாகி இருந்தார்கள். கிடைக்காத வாய்ப்புக்காய் அவன் தன்னையே கடிந்துகொண்டான். இனிமேல் ஒருபோதும், கிடைக்கும் வாய்ப்புகளைத் தவறவிடுவதில்லை என உறுதி பூண்டான். காலைப் பூசை முடிந்ததும் வழக்கம் போல் பீடத்துக் கிராதியில் முழந்தாள் படியிட்டுப் பிதாவாகிய சர்வேசுரனைப் பார்த்தவாறிருந்தான்.

"சின்னக் குறிப்பிடத்துல, உனக்கு கர்த்தாவான சர்வேஸ்வரன் நாமே, நம்மைத் தவிர வேறு சர்வேஸ்வரன் உனக்கு இல்லாமல் போவதாகன்னு இருக்கு, அப்ப இயேசு, பரிசுத்த ஆவி எல்லாம் யாரு கடவுளே. மாதாவும் நிறையபேர் இங்க இருக்காங்க, அவங்கள்ல யாரு இயேசுவோட உண்மையான அம்மா?'' குட்டியா ஒருத்தர் இருக்கார், அவரைக் குழந்தை இயேசுன்னு சொல்லுறாங்க. அப்ப சுதனாகிய சர்வேஸ்வரன், இந்தக் குழந்தை இயேசுவா, அல்லது தலையில கிரீடம் வச்சிருக்க அன்பார்ந்த மகனா? இன்னொரு இயேசுவைத் தலையில் முள்முடியோட கிடத்தி வச்சிருக்காங்க. அவர் உடம்புல நிறையக் காயங்கள் இருக்கு. அவை ஐந்து திருக்காயங்கள்னு அக்கா சொல்லுறா. பரிசுத்த ஆவியானவர் மட்டும் எதுக்காகப் புறா வடிவத்துல இருக்கார்? கோபுரத்துப் பக்கம் அவங்க நிறையபேர் கூடுகட்டிக் குஞ்சு பொரிக்கிறாங்க. அவங்களப் பிடிச்சி சாப்பிடக் கூடாதுன்னு பாதிரியார் சொல்லியும், யாரும் கேக்கமாட்டுறாங்க."

பிதாவாகிய சர்வேசுவரனிடம் கேட்பதற்காக அவனிடம் இன்னும் நிறையக் கேள்விகள் இருந்தன, அவர் பேசுவதில்லையாதலால் அக்காவிடம் கேட்டுத் தெரிந்து கொள்ளலாம் என்று அமைதியாக இருந்தான்.

2

ஊரில் கொடியேற்றித் திருவிழா நடந்தபடி இருந்தது. வழிபாடுகளுக்கு முன்னும், பின்னும் கிறிஸ்தவப் பாடல்கள் ஒலித்தபடி இருந்தன. திருவிழாப் புதுச்சட்டை கிடைத்த மகிழ்ச்சியில் சிறுவன் உற்சாகமாய் இருந்தான். தொழிலுக்கு மெனக்கடன் அறிவித்து, மக்களும் மகிழ்வாய் இருந்தார்கள். சிறுவர், சிறுமியர், வாலிபர், வாலிபப் பெண்கள், திருமணமானவர்கள், பெரியவர்கள், கன்னியாஸ்திரிகள், பாதிரிகளென நிறைந்துவழிந்த ஆலயத்தில், கிழக்குத் துறைமுக நகரிலிருந்து வந்திருந்த மேற்றிராணியார் வழிபாட்டை நடத்தியபடி இருந்தார். ஆடம்பரக் காலை வழிபாடு, அதன் இறுதிக் கட்டத்தை நெருங்கியிருந்தது.

'செம்மறியின் விருந்துக்கு அழைக்கப்பட்டோர் பேறுபெற்றோர்,

அவ்விருந்தை உண்டிடச் சென்றிடுவோம் இன்பம் பொங்க.

இறைவன் தரும் விருந்திது அதை உண்ணத் தடையென்ன,

உறைய வரும் இறைவனை நாம் ஏற்கத் தடையென்ன' என்று பாடியபடி, மக்கள் அப்பங்களைப் பயபக்தியோடு வாங்கிச் சென்றபடி இருந்தார்கள். நற்கருணை விருந்தில், பரிசாரகனாக அவன் மேற்றிராணியாருக்குத் தட்டுப் பிடித்து உதவியபடி இருந்தான். முறையான பாவசங்கீர்த்தனம் செய்து, நற்கருணை என்னும் தேவதிரவிய அனுமானத்தைப் பெற்றிருந்ததால், இறுதியில் அவனும் அப்பத்தை வாங்கினான். "இது இயேசுவின் சரீரம்" என்றபடியே மேற்றிராணியார் அப்பத்தை அவன் நாக்கில் வைக்க, மற்றவர்களைப் போலவே அவனும் "ஆமென்" என்றபடியே அப்பத்தை நாக்கில் வாங்கி, அதைப் பல் படாமல்

விழுங்கினான். அப்பத்தைக் கடித்து விடக்கூடாது என்று அக்கா ஏற்கெனவே அவனிடம் வலியுறுத்திச் சொல்லியிருந்தாள். அவனும் பல்படாமல் விழுங்க முயல்கிறான், ஆனாலும் சில வேளைகளில் பற்களில் பட்டுவிடுகிறது. அதைப் பற்றிய பயம் அவனுக்கு உள்ளூர இருந்தாலும், என்றாவது ஒருநாள் இயேசுவின் சரீரத்தைக் கடித்து, ரத்தம் வருகிறதா என்று பார்க்க ஆர்வமுள்ளவனாகவே இருந்தான். ஆனால் ஒருநாளும் அப்படியான துணிவு அவனுக்கு வரவேயில்லை.

ஆலயத்தின் சக்ரீஸ்தருக்கு அவனை மிகவும் பிடித்திருந்தது. நேரம் தவறாமல் அவன் ஆலயப் பணிகளுக்கு வந்ததால், அவர் அவனுக்கு விருப்பமான தூபம் காட்டும் பணியைக் கொடுத்தார். காலையில் நடக்கும் திருப்பலி பூசையிலும், மாலை ஆசீர்வாத ஆராதனையிலும் பாதிரியாரோடு இணைந்து பீடத்தில் நிற்பதும், வழிபாட்டில் வாசகம் வாசிப்பதும் அவனுக்கு உவகை தருவனவாய் இருந்தன. சக்ரீஸ்த்தில் மெழுகுவர்த்தி சீவுவது, பூஜைப் பாத்திரங்களை, விளக்குச் சிமிழிகளை, சுரூபங்களைத் துடைப்பது, பூத்தொட்டிகளை மாற்றுவது எனப் பல வேலைகள் இருந்தன. காலைத் திருப்பலிப் பூசைக்கான உடுப்புகளைப் பாதிரியார் அணிவதற்கு வாகாய் எடுத்து, மடித்து அடுக்க வேண்டும். பின் வரிசைக்கிரமமாய் பாதிரியார் அணிவதற்காகக் கொடுக்க வேண்டும். அந்த உடுப்புகளைத் தொடுவது அவனுக்குப் பிடித்திருந்தது. ரோமானிய அரச உடுப்புகளான அவற்றிற்கு ஆல்ப், கோப், ஸ்டோல், வெஸ்மெண்ட் என விதவிதமான பெயர்கள் இருந்தன. என்றாவது ஒருநாள், இந்த ஆடைகளைத் தானும் அணிந்து ஆலயத்தில் வழிபாடு நடத்த வேண்டும் என்ற ஆசை அவனுக்கு இருந்தது.

ஒருநாள், கடலில் இறந்த ஒருவரின் அடக்க பூசையில் அவன் பீடப் பரிசாரகனாக இருந்தான். அந்தச் சாவு அவனைக் கதிகலங்க வைத்துவிட்டது. இறந்தவரின் உடலைக் கிடத்தியிருந்த மேஜையில் விரிக்கப்பட்டிருந்த கருப்புத் துணியில், 'இன்று நான், நாளை நீ' என்றிருந்த வாசகத்தை வைத்தகண் வாங்காமல் பார்த்தபடியே இருந்தான். அந்த வாசகத்தைக் கண்கொட்டாமல் பார்த்தபடி இருந்த அவனை, சக்ரீஸ்தர்தான் பிடித்து இழுத்து, மறுபக்கம் கூட்டிவந்தார்.

"இன்று நான், நாளை நீ ன்னு போட்டுருக்கு."

"எல்லோரும் ஒருநாள் போய்த்தான் ஆகனும்" என்றார் சக்ரீஸ்தர்.

"நீங்களும் செத்துருவீங்களா !"

❃ 22 ❃ ஆர். என். ஜோ டி குருஸ்

"கண்டிப்பா. மரணம் பல வழிகளில் வரும், இது ஒரு வகை."

". . ."

"எல்லோரும் பிறக்கிறோம், ஒருநாள் இறந்துதான் ஆகவேண்டும். இடைப்பட்ட காலத்துல எப்படி வாழ்ந்தோம்ங்கிறது முக்கியம்."

மிகவும் பயந்துபோயிருந்த அவனது கவனத்தைத் திசை திருப்ப, அவர் அவனுக்கு வேறு பணிகள் கொடுத்தார். பணியின் ஊடே புனிதர்கள் பற்றியும், நாட்டு நடப்புகள், கடந்த கால ஆளுமைகள், அவர்களின் வாழ்க்கை வரலாறு குறித்தும் பேசுவது அவர் வழக்கம். சக்ரீஸ்தர் அன்று பேசியவற்றில், புத்தர் பற்றிப் பேசியது அவனுக்குப் பிடித்திருந்தது. அந்த மகான் பற்றி இன்னும் அதிகமாய்த் தெரிந்துகொள்ள வேண்டும் என ஆர்வம் கொண்டான். சக்ரீஸ்துக்குள், பாதிரியாருக்குத் தெரியாமல் அவர், நிறையப் புத்தகங்கள் வைத்திருந்தார். ஊர்ப் பள்ளியிலும் ஆசிரியராக இருந்ததால், மாணவர்களுக்குச் சொல்வதற்காக அவற்றைப் படிப்பதாகச் சொன்னார். கிரேக்கத் தத்துவ மேதையான சாக்ரடீஸ், சொல்லியிருந்த "எதையும் ஏன், எதற்கு என்று கேள்" என்பதையும் அவரிடமிருந்தே அவன் அறிந்திருந்தான். வேலையும் பேச்சுமாய் நேரம் கடந்துபோக, காலைச் சாப்பாடு பற்றி மறந்தே போனது. தொடர்ந்து ஆலயப் பணியில் இருந்ததால், அவர்கள் வீட்டுக்கும் போகவும் முடியவில்லை. என்ன நினைத்தாரோ சக்ரீஸ்தர், திருப்பலிப் பூசையில் நற்கருணைக்காகப் பயன்படுத்தும் அப்பங்களை எடுத்துவந்து அவனுக்குச் சாப்பிடக் கொடுத்தார்.

"இது நற்கருணை!" என்று அவன் பதறினான்.

"ஆபத்துக்குப் பாவமில்லை, சாப்பிடு. பக்தி மனசுல இருக்கணும்" என்றார் சக்ரீஸ்தர்.

அவன் அந்த அப்பங்களைக் கடித்துச் சாப்பிட்டான், ரத்தம் எதுவும் வரவில்லை. அந்த ஆலயத்தின் பீடங்களை அலங்கரிக்கும் அனைத்துப் புனிதர்களின் பெயர்களும், அவனுக்கு இப்போது தெரிந்திருந்தன. அனைவருமே வெளிநாட்டுக்காரர்களாய் இருந்தாலும், அவர்களது வாழ்க்கைக் கதைகளும் ரசிக்கும்படியாக இருந்தன. அந்த ஊரில் தலைமுடியைப் பெரும்பாலும் மழித்து, பக்கவாட்டில் பட்டம் வைத்திருந்த, மற்றொரு புனிதரின் ஆலயமும் இருந்தது. காவியுடை அணிந்து, இடுப்பில் முறுக்கிய கச்சையோடு இருந்த அவரது இடக்கரத்தில், குழந்தை இயேசு இருந்தார்.

பிதாவாகிய சர்வேசுவரனின் அன்பான மகனைவிட, ஊர்மக்கள் அந்தப் புனிதரிடமே அதிக நெருக்கமாய் இருந்தார்கள்.

புனிதரின் ஆலயத்தின் முன் இருந்த கொடிமரத்தில், பேய் பிடித்தவர்களைக் கட்டிவைத்திருந்தார்கள். பேய் பிடித்தவர்கள் சில வேளைகளில், உச்சக் குரலில் அந்தப் புனிதரைத் திட்டுவதுண்டு. பேய்கள் அவர்களை விட்டு அகலும் வேளைகளில் ஓடிப் போய் கடலில் விழுந்துவிடுவார்கள். பேய்கள் கடலோடு போன பின், புனிதரின் ஆலயத்தை வலம்வந்து மெழுகுத்திரி ஏற்றி வழிபடுவார்கள். ஊர் மக்கள், தங்கள் வேண்டுதல்கள் நிறைவேறுவதற்காக, அப் புனிதரிடம் நவநாள் ஜெபித்தார்கள். அசனம் வைத்தார்கள். வருடம் தவறாமல் அவருக்குத் திருவிழாக் கொண்டாடினார்கள். அவரது எண்ணிலடங்காப் புதுமைகள் குறித்து, அந்த மக்களிடம் நிறையக் கதைகள் இருந்தன. அவர் வாழ்ந்த ஊரில் ஒருமுறை, அவரது போதனையை மக்கள் கேட்காதபோது, அவர் கடற்கரையில் நின்றபடியே மீன்களுக்குப் போதித்தாராம். மீன்களும் அவருடைய போதனையில் மயங்கி நின்றிருந்தனவாம். அவனுக்கும் அந்தப் புனிதரைப் பிடித்திருந்தது.

அது பாஸ்கா காலமாதலால், அதற்கான ஆயத்தப் பணிகள் நடந்தபடியிருந்தன. ஊர் மக்களும் ஒருசந்தி இருந்து, தலையில் எண்ணெய் தேய்க்காமல் துக்க நாளுக்காகத் தங்களைத் தயாரித்தபடி இருந்தார்கள். குருத்து ஞாயிறுக்குப் பின்னான பெரிய வியாழன், பெரிய வெள்ளியில் ஜெப வழிபாடுகளில் கலந்துகொள்வதற்காக, அவர்கள் தொழிலுக்கும் செல்லவில்லை. பெரிய வியாழன் மாலையில், ஆலயத்தைச் சுற்றிச் சிலுவைப் பாதை நடக்கும். ஊர் மக்கள் கண்ணீரோடு அதில் கலந்துகொள்வார்கள். மக்கள் தங்கள் பாவங்களைத் தியானித்து வருந்துவதற்காக, பெரிய வெள்ளியன்று காலையிலிருந்தே அடுக்கடுக்காய், குழந்தைகள், வாலிபர்கள், வாலிபப் பெண்கள், திருமணமானவர்கள், பெரியவர்களுக்கான ஆராதனைகள் நடந்தபடியே இருக்கும். அடுத்துவரும் உயிர்ப்பு ஞாயிறோ கொண்டாட்டமாய் இருக்கும்.

அன்று ஆலயத்தின் இடப்புறம் இருந்த குருசங் கோயிலுக்கு, அவன் நண்பனோடு துணிச்சலாய் வந்திருந்தான். காரணம், அவை உயிரற்ற சுரூபங்கள் என அவனுக்குத் தெரிந்திருந்தது. சுரூபங்களைத் துடைத்துச் சுத்தம் செய்வது, அவர்களுக்கான அன்றைய பணி. அங்கு சோகமே உருவாய் இருந்தாள், வியாகுல மாதா. அவள் மடியில், தலையில் முள்முடி சகிதம் உடம்பெங்கும் இரத்தம் வழியும் காயங்களோடு படுக்கவைக்கப்பட்ட மரித்த இயேசு. பயத்தில் அந்தப் பக்கம் எப்போதுமே திரும்பாத அவன், அவரையே வெறித்துப்

பார்த்தபடி இருந்தான். இவர் எப்படி உயிர்த்தெழுவார்! அவனுக்கு அவரிடம் பேச வேண்டும் போலிருந்தது. 'கடவுளின் மகனான அவர் ஏன் இப்படி அடிபட்டுச் சாக வேண்டும்! எதற்காக, யாருக்காக... என்னுடைய பாவங்களுக்காக அவர் சிலுவையில் அறைபட்டு மரித்தார், பின் மூன்றாம் நாளில் உயிர்த்தார்ன்னு சொல்லுறாங்க. நான் இப்ப செய்யிற பாவத்துக்காக, இரண்டாயிரம் வருசத்துக்கு முன்னாடியே அவர் எப்படிச் சாக முடியும்!' அக்காவிடம் கேட்டான், அவளோ "உன் தேவனாகிய ஆண்டவரைச் சந்தேகியாதே" என்றாள். அவன் தொடர்ந்து கேட்ட பல கேள்விகளுக்கு, "இது விசுவாசத்தின் மறைபொருள், தேவரகசியம்" என்று சொல்லி முடித்துக் கொண்டாள்.

அந்த ஊரே உலகம், அங்கு வாழும் உறவுகளே மொத்த மக்கள் கூட்டம் என்று நினைத்திருந்த சிறுவன், இப்போது வளர்ந்திருந்தான். அவனது ஆசைகள், விருப்பங்கள் மாறுவதுபோல அபிப்பிராயங்களும் மாறியபடியே இருந்தன. அவ்வப்போது சக்ரீஸ்தரோடு பேசுவதும் அவனுக்குப் பல விசயங்களைத் தெளிவு படுத்தியிருந்தது. பக்கத்து ஊர்களில் பலவிதமான தொழில் செய்யும் மக்கள் இருப்பதையும் அறிந்துகொண்டிருந்தான். உறவினர்களோடு பக்கத்து ஊர்களில் நடக்கும் சந்தைக்குப் போவது, திருவிழாக்களுக்குப் போவது எல்லாம் அவனுக்கு வாடிக்கையாகி இருந்தது. தொடக்கத்தில் ஆச்சர்யமாய் இருந்தவையெல்லாம் இப்போது சாதாரணமாய் மாறி, அன்றாட வாழ்வின் அங்கமாய் மாறியிருந்ததன.

ஊரிலிருந்த நண்பர்கள், பக்கத்து ஊர்கள் பற்றியும் அங்கு வாழும் மக்கள் பற்றியும், அவர்களது வழிபாடுகள் பற்றியும் சொல்லியிருந்தார்கள். அவர்கள் சாத்தானைக் கும்பிடுவதாக அவனிடம் தகவல் இருந்தது. அந்த ஊரில் பிள்ளை பிடிப்பவர்கள் வந்திருப்பதாக அடிக்கடி வேளம் வரும். சடைமுடியோடு, காவியுடுத்தி வருபவர்கள், எல்லோரையும் பிள்ளைபிடிக்காரர்கள் என்றே அடையாளம் காட்டியிருந்தார்கள். தன்னையும் பிடித்துக் கொண்டுபோய் விடுவார்களோ என்ற பயம் அவனுள் அடங்க வெகுகாலம் எடுத்தது. அந்தப் பிரச்சாரம் எல்லாம் மாற்று நம்பிக்கையாளர்கள் மேல் சுமத்தப்பட்ட அபாண்டமான பழி என்று சக்ரீஸ்தரிடமிருந்து அறிந்தபோது அவன் வருந்தினான்.

ஒருநாள், ஆலய மணி வழக்கம் தவறி வேகமாக அடித்தது. ஊரில் தீப்பிடிக்கிறதோ எனப் பயந்துபோனான். ஏற்கெனவே ஊரில் தீப்பிடிக்கும் சம்பவங்கள் நடந்திருக்கின்றன. அந்த வேளைகளில் ஆலயத்தில் வேகமாக மணியடித்து, மக்கள்

கூடித் தீயணைப்பதை நேரில் பார்த்திருக்கிறான். இந்த முறை அப்படியில்லை. நண்பனிடம் கேட்டால், பக்கத்து ஊரோடு சண்டை எனச் சொன்னான். வாலிபர்களும் பெரியவர்களும் கையில் கிடைத்த கத்தி, வேல்கம்பு, திருக்கை வாலோடு வடக்கு நோக்கி ஓடியபடி இருந்தார்கள். அவனோ, ஆலயத்துக்குள் ஓடி வந்திருந்தான்.

“எதுக்கு சண்ட போடணும், பயமா இருக்கு கடவுளே. இரண்டு பக்கமும் நிறைய ஆட்கள் இறந்திட்டாங்களாம். சண்டையில புடிச்சிக் கொண்டுவந்த பக்கத்தூர்காரங்கள, கோட்டுமாலுல கட்டிக் கடல்ல தாத்துட்டாங்களாம். அவங்க எல்லோரும் மூச்சு முட்டி செத்திருப்பாங்களே. பக்கத்து ஊரோட சண்ட வந்தா சந்தைக்கி எப்புடி போறது, காய், கறி, மசாலா சாமான் எங்க வாங்குறது? ஊருக்குள்ளயும் ஊர்க் கட்சி, பாதிரியார் கட்சின்னு பிரிஞ்சி சண்ட போடுறாங்க. மாமன், மச்சான்னு பாக்காம குத்திக் கொலை பண்ணுறாங்க. ஆழிமேல கட்டுமரம் உருண்டு கறிச்சட்டியார் செத்துப் போனாரு. அவரு பிள்ளைகளும் பெண்டாட்டியும் அழுதுகிட்டே நின்னாங்க. செத்தவங்கள அடக்கம் எடுத்திட்டுப் போகும்போது, ‘அந்த நாள் பெரியநாள் அழிவும் அவதியும் நிறைந்தநாள், கசப்பு மிகுந்ததே அப்பெரியநாள்’ன்னு பெரியாள்க்க பாடிகிட்டே போறத கேட்டா வயித்த கலக்குது. எதுக்கு சாகனும்? அவர நேத்து மையவாடியில மண்ணுக்குள்ள புதைச்சாங்க, அப்ப மூக்குக்குள்ள மண்ணு போயி மூச்சுவிட முடியாதே!

“செய்தித்தாளில் சிந்துபாத் கப்பல்ல இருந்து, கடல்ல குதிச்சத படிச்சேன். அந்தக் கடல்ல சுறாமீன்கள் இருக்கும். தோள் பையில லைலா வேற இருக்கா, எப்புடியாவது ஓங்கல்கள அனுப்பி அவங்க இரண்டு பேரோட உயிரயும் காப்பாத்திருங்க. ஆத்தா புளிப்பு மிட்டாய அலமாரிக்குள்ள ஒளிச்சிவைச்சிருந்தா, ஆசப்பட்டு ஒண்ணே ஒண்ணு எடுத்துத் தின்னுட்டேன். தம்பிய பிடிச்சி களவு செய்வியான்னு அடிச்சா. எனக்காகத்தான் தம்பி அடிபடுறான்னு தெரிஞ்சிம், வாயப் பொத்திகிட்டேன். அது தப்புன்னு எனக்குத் தெரிஞ்சிச்சி. மௌனமா இருந்திட்டேன். அது பாவம்தான, எனக்கு அப்ப நரகமா? கொதிக்கிற எண்ணெய்க் கொப்பரையில போடுவாங்களாமே! அக்காவுக்குத் தெரிந்தால் பாவசங்கீர்த்தனம் பண்ணச் சொல்வாள்.”

❋ ❋ ❋

அந்தக் காலத்தில் அந்த ஊர்ப் பள்ளி மாணவ, மாணவியர் எட்டாம் வகுப்பு இறுதித் தேர்வுக்காகப் பக்கத்து ஊருக்குப்

போயாக வேண்டும். அது ஒரு உல்லாசப் பயணம் போவது போன்ற அனுபவத்தை அளிக்கும். அந்த நாளின் வருகைக்காக அவன் ஆவலோடு காத்திருந்தான். கோட்டைச் சுவருள்ள பக்கத்து ஊர் வீட்டுத் தோட்டங்களில், மா, பலா, வாழை என முக்கனிகளும் விளைந்தன. சப்போட்டாப் பழங்களும் அங்கு கிடைத்தன. ஆத்தா, மதிய உணவுக்காகப் புளிசோறு கட்டிக் கொடுத்திருந்தாள். சீருடை அணிந்தவாறு அவன் ஆலயத்துள் வந்திருந்தான். கும்பிட்ட கையும், நேர்கொண்ட பார்வையுமாய் பீடத்திலிருந்த பிதாவாகிய சர்வேஸ்வரனயே பார்த்தவாரிருந்தான். அவர் வழக்கம் போலவே அமைதியாய் இருந்தார். தேர்வில் வெற்றி பெற வேண்டும், நல்ல மதிப்பெண்கள் பெறவேண்டும் என அவன் ஜெபித்தது போல் இல்லை.

“நாங்க எல்லாரும் வடக்கு பக்கம் தேரிக்காடு தாண்டி பக்கத்து ஊர் பள்ளிக்குடத்துக்குப் போறோம், மொட்டப்புளிப் பக்கம் போகும்போது நீங்கதான் காப்பாத்தனும். அங்க நிறைய பழைய பேய்கள் இருக்கதா அக்கா சொன்னா. இரவுகளில் அவை, புளியமரத்தில் ஊஞ்சல் காட்டி ஆடுமாம். ஊர்ல அநேகருக்கு மொட்டப் புளின்னா ரெம்பப் பயம். என்னைப் போலச் சின்னப் பிள்ளைகளக் கண்டா பேய்களுக்கு ரெம்பப் பிடிக்குமாம். ஆனா, தேரிக் காட்டுல கள்ளுக் குடிக்கப் போற தாத்தாக்கள் பொழுது அடைஞ்ச பிறகுதான் வாறாங்க, அவங்க யாரும் பயந்தமாரி தெரியில. தேரிக்காட்டுல பாளைஅறுவாளோட பனையில பாளை சீவிகிட்டு இருக்கவுங்களப் பாத்தா, எனக்குப் பயமா இருக்கு. அவங்ககிட்ட இருந்தும் என்னைக் காப்பாத்திருங்க. குருவித்தேரிப் பக்கம் ராணுவக்காரங்க வந்து பயிற்சி செய்றாங்களாம், ஆடு மேய்க்கிறவங்க சொன்னாங்க. அவங்க சில நேரம் குண்டு போடுறாங்க, அந்தக் குண்டுகளும் எங்க மேல விழாமப் பாத்துக் கொள்ளுங்க. அவங்க சண்டைப் பயிற்சி செய்யிறத பாக்க ஆசையாத்தாம் இருக்கு, ஆனா பக்கத்துல போகப் பயமா இருக்கே. மானட்டா விலக்கு பக்கத்துல, நிறைய புளிய மரங்கள் இருக்கு, அந்தப் புளியம் பழங்கள் இனிப்பும் புளிப்பும் கலந்த சுவையா இருக்கும். திரும்பி வரும்போது எனக்குக் கொஞ்சம் புளியம் பழங்கள் வேணும், அக்காவுக்குக் குடுக்கனும். அவ்ளுக்குப் புளியம் பழங்கள் ரெம்பப் பிடிக்கும்”.

3

கதை கேட்பதில் அவன் ஆர்வமாய் இருந்தான், அதற்காக அடிக்கடி கடற்கரைக்கு வந்தான். ஆத்தாவுக்கு, அவன் இதுபோல் கடற்கரையில் அமர்ந்து கதை கேட்பது பிடிக்காது. பாட்டி வீட்டுக்குப் போவதாகச் சொல்லி விட்டுத்தான், கடற்கரைக்குக் கதை கேட்க வருவான். அங்கு வயதானவர்கள், கரையில் அமர்ந்தபடி கடலில் செல்லும் கட்டுமரங்களைப் பார்த்து, ஏல் சொல்லியபடி இருப்பார்கள். வாயைப் பிளந்தபடியே அமர்ந்து அவன் கதை கேட்பான். கதை சொல்வதில் மடக்கலப் பிள்ளைத் தாத்தா கெட்டிக்காரர். அவன் உற்சாகமாய் கதை கேட்கும் அழகைப் பார்த்து அவரும், ரசிக்கும்படியாகவே கதை சொல்வார். அவை பள்ளியில் ஆசிரியர்கள் சொல்லும் புனிதர்கள் பற்றிய நீதிபோதனைக் கதைகளாக இல்லாமல் வாய்வழி வரலாற்றுக் கதைகளாக, சமூக அக்கறையுள்ள புரட்சியாளர் கதைகளாக, வீரதீரச் சாகசங்களாக இருக்கும். அந்தக் காலத்தில் ஊரே பாதிரியார் கட்சி, ஊர்க் கட்சி எனப் பிரிந்து கடற்கரையில் கலகம் செய்த கதை, பாண்டியபதிகளின் கப்பல்களைப் பார்த்துக் கடற்கொள்ளையர்கள் பயந்து ஓடிய கதை, கடல்மேல் தொழில் போட்டியில் நடக்கும் சண்டைகள், பாய்மரக் கப்பலோட்டம், மீன் வேட்டைகள், முத்துக் குளித்தல், முத்துச் சிலாவம், சங்கு குளித்தல், உப்பு விளைத்தல், அம்பா பாடல்கள் பற்றி எல்லாம் மடக்கலப் பிள்ளைத் தாத்தா அவனுக்குத் சொன்னார்.

தாத்தா ஊரில் உள்ள மற்றவர்களைப்போல் மீன்பிடிக்கப் போவது இல்லை. அவர், வாலிபனாய் இருந்தபோது, கிழக்குத் துறைமுக நகரில் தோணிக்காரராய் இருந்தாராம். பாட்டி ஒரு தோணித் தண்டலின் மகளாம். காதல் திருமணம்.

தோணியில் தண்டலாகும் வாய்ப்புத்தான் தாத்தாவுக்குக் கிடைக்கவில்லை. ஒருமுறை, மலையாள நடையில் காற்றுக் கடலில் பாய்மரத்தில் ஏறியபோது, வழுக்கி விழுந்து வலதுகாலை உடைத்துக்கொண்டாராம். அதன் பிறகு அவரைத் தோணி வேலைக்குப் பாட்டி அனுப்பவில்லையாம். ஊரில் அவருக்குத் தென்னந் தோப்புகள் இருந்தன. அந்த வருமானத்திலேயே அவர் குடும்பம் நடத்தினாலும், தான் ஒரு தோணிக்காரன் என்ற பெருமிதமே தாத்தாவுக்கு இருந்தது.

"அம்பான்னா என்ன தாத்தா?"

"நாம உழைக்கும் மக்களா இருக்கதுனால, உழைப்பின் களைப்ப போக்குறதுக்காக வேலைகள் செய்யும்போதே, பாட்டுப்பாடி உற்சாகப்படுத்திக் கொள்வோம். அது மட்டு மில்லாம இந்த அம்பாக்கள் மூலமா நிறையச் செய்திகள, நம்ம முன்னோர் சந்ததிகளுக்குக் கடத்துனாங்க."

"எதப்பற்றிப் பாடுவீங்க தாத்தா?"

"பெரும்பாலும் வாழ்வு பற்றியதாத்தாம் இருக்கும். வெற்றிக் கொண்டாட்டமோ, தோல்வியோ, மாறிவந்த தொழில் நுட்பமோ ஏதாவது ஒரு செய்தி அம்பாப் பாடல்கள்ல இருக்கும்."

"எனக்காக ஒரு அம்பா பாடல் பாடுங்க தாத்தா."

"கண்டிப்பா பாடுறேன். அதுக்கு நான் சொல்லித்தாரது போல நீ எசப் பாட்டு பாடனும்."

"சரி தாத்தா."

"ஏல ஏலோ . . . எலல ஏலோ."

"தாந்தத்தினா."

"எலல ஏலோ."

"தாந்தத்தினா."

"அயோத்திநகர் தனை நாம் துறந்து."

"தாந்தத்தினா."

"பாண்டியமா பெரும் தேசம் கண்டோம்"

"தாந்தத்தினா."

"ஆழ்கடலில் மூழ்கியே முத்தெடுத்தோம்."

"தாந்தத்தினா."

"திரைகடலெங்கும் கப்பல் ஓட்டி வந்தோம்."

“தாந்தத்தினா.”

“வாடையில் கொழும்புக் கரைதனைக் கண்டோம், கோடையில் மலையாளக் கடலெங்கும் ஆண்டோம், கொற்கையில் கொலுவீற்றுக் கோலோச்சி மகிழ்ந்தோம், கடற்துறையெங்கும் கட்டியம் கூறியே வாழ்ந்தோம். ஏல ஏலோ... எலல ஏலொ”

“தாந்தத்தினா.”

“காட்டு மரம்தனை நாம் இறக்கி.”

“தாந்தத்தினா.”

“கடலுக்கேற்ப திமிலைச் சரிபார்த்து.”

“தாந்தத்தினா.”

“பாய்மரங்கள் பலகை துளவையோடு.”

“தாந்தத்தினா.”

“பலவலைகள் பருவத்தில் சேர்த்துவைத்து.”

“தாந்தத்தினா.”

“குணதிசையில் ஆதவன் உதிக்குமுன் எழுந்து, குடதிசை யில் குமரியைத் தொழுது வணங்கி, சடுதியில் திமில்தனை அலையுள்ளே தள்ளி, தாவுகடல் நோக்கி வேட்டைக்குப் போவோம். ஏல ஏலோ... எலல ஏலோ.”

“தாந்தத்தினா.”

“மடக்கை விட்டு கரைச்சில்லி மீன்பார் அள.”

“தாந்தத்தினா.”

“ஆழிமேல கவனமாத் தொடுத்துவுடு.”

“தாந்தத்தினா.”

“மொனப்பாரு அளம்புடிக்க ஊர்புடிக்க.”

“தாந்தத்தினா.”

“சிறுக்களத்தில் ஆழம் எட்டுப் பாவம்.”

“தாந்தத்தினா.”

“பொறப்பாரில் கவனம் வல அடவும்.”

“தந்தத்தினா.”

“ஊசிமல கவுடி தாவுகடல்.”

"தாந்தத்தினா."

"வெள்ளாப்பு வைக்குமுன் மடியை இளக்கி, காத்துக்கு வாகாக மடிவளைச்சி வாங்கி, அணியத்தில் சாய்ந்து உன் சோர்வினைப் போக்கு, பொழுதுமுகம் சாயிதுபார் மறுபடியும் இளக்கு. ஏல ஏலோ... எலல ஏலோ"

"தாந்தத்தினா."

"வாடமுகம் செறுக்க அடிச்சிருக்கி."

"தாந்தத்தினா."

"காத்தடிச்சி மண்டி கலங்கிரிச்சி."

"தாந்தத்தினா."

"நீர்முகமும் வடிவா நெறஞ்சிருச்சி."

"தாந்தத்தினா."

மடைமீனும் உயர எழும்பிருச்சி."

"தாந்தத்தினா."

"நீவாடு பொறுக்குது மடியிழுத்து ஏத்து, காவி, கட்டைகளக் குறிபாத்து வாங்கு, ஆலாத்தும் பருமலும் காத்துல ஆடுது, கோடவத் தட்டி தாமான ஒடக்கு. ஏல ஏலோ... எலல ஏலோ"

"தாந்தத்தினா."

"தாவுகடல் திமிங்கலம் தயங்கி நிக்கிம்"

"தாந்தத்தினா."

"வரிப்புலியன் வேளா சுழிப்பாய்ச்சல்."

"தாந்தத்தினா."

"மேலாக்கடல் அத்தனையும் கடந்திடுவோம்."

"தாந்தத்தினா."

"வெம்புசலும் எமக்கொரு பயமில்லை."

"தாந்தத்தினா."

"சோநீவாடு நல்லா ஓடிக்கெடக்கு, சோழக் கச்சானும் பொறுத்து நிக்கிது, வாடைக்கரைய இருளங் கட்டுது, கரமறி மறையுமுன் பாய் வச்சுவுடு. ஏல ஏலோ... எலல ஏலோ."

"தாந்தத்தினா."

இப்படியாகக் கதை கேட்டபடியிருந்த ஒருநாள் மதியம், கடலில் நல்ல வாங்கல். காற்றும் வெம்புசலெடுத்து வீசுகிறது. கரைநோக்கி வந்தபடியிருந்த பாய்புடைத்த கட்டுமரங்கள், ஆழிக்குச் சிறிது வெலங்கே பாய்பிடித்துத் தாமதிக்கிறார்கள். கரையிலிருந்த ஒரு பெரியவர் ஏல் சொல்ல ஆரம்பித்திருந்தார்,

"பாய மடக்கி பொறமால தொடுங்கல, ஆழிக்கிள பாஞ்சிறாதைங்க. மாற வச்சி மேக்காக்க ஓடி, அந்த ஆத்துப்போக்கு வழியாக் கர வுடுங்கல. நாச்சியார் ஆத்தா கைவுடமாட்டா" பெருசுகள் சொன்னது போலவே மாறவைத்து ஓடி, ஆத்துப்போக்கு வழியாக வந்தவர்கள் சேதமில்லாமல் கரைபிடித்தார்கள். மற்றவர்களால் கை, கால் முறிந்து, பருமல் ஒடிந்து, பாய் கிழிந்தே கரை பிடிக்க முடிந்தது.

செய்தி கேள்விப்பட்டுக் கடற்கரைக்கு வந்திருந்த பாதிரியாரோ, கரையிலிருந்த மக்களைச் ஜெபிக்கச் சொல்லியபடி இருந்தார். கடல் நோக்கி நின்றிருந்த பெண்களெல்லோரும் முக்காடிட்டபடியே முழந்தாள் படியிட்டிருந்தார்கள். சில பெருசுகள் பாதிரியாரை ஏளனமாய்ப் பார்த்தாலும், வாய்திறந்து எதுவும் சொல்லவில்லை. வாலிபர்களை மட்டும் ஜெபிப்பதிலிருந்து வெளியே இழுத்து, ஆழியில் அடிபடுபவர் களைக் காப்பாற்றுவதற்காகக் கட்டுமரங்களில் ஏற்றி அனுப்பியபடி இருந்தார்கள். நடப்பவற்றை அவன் அமைதியாய் அவதானித்தபடியிருந்தான். யாரோ நாச்சியார் ஆத்தா பற்றிச் சொன்னார்களே, யார் அவள்? காற்றுக் கடலில் அவளால் எப்படி இவர்களைக் காக்க முடியும்? கடலில் சிரமப்படுபவர் களை மாதாவும் புனிதர்களும்தானே காப்பாற்றுவார்கள்! அடுக்கடுக்காய் அவனுள் கேள்விகள். அவன் மடக்கலப் பிள்ளைத் தாத்தாவிடம் வந்திருந்தான்.

"தாத்தா நாச்சியார் ஆத்தா காற்றுக்கடலில் காப்பாத்துவான்னு சொல்றாங்க அது யார்?"

"அதுவா பேரப்புள்ள, இங்கருந்து மேக்குப் பக்கம் கூத்தன் துறையின்னு ஒரு ஊர் இருக்கு, அது கூத்தன் ஆடுன இடமாம். அதுனாலேயே அந்த ஊருக்கு அப்புடி பேரு".

"கூத்தன்னா யாரு தாத்தா?"

"அவந்தாம் நம்ம முப்பாட்டன், பல ஆயிரம் தலைமுறை களுக்கு முந்துனவம். அவன நம்ம விட்டுட்டோம். பக்கத்தூர்ல அவன சுயம்பு லிங்கமா வச்சிக் கும்புடுறாங்க. அது பழைய கதை."

"நாச்சியார் ஆத்தா பற்றிச் சொல்லுங்க."

“கூத்தந்துறையில அந்தக் காலத்துல ஒரு நாள் பேய்க்காற்று அடிச்சிருக்கு. கடல்லயும் பெரு வெள்ளமாம். தொடர்ந்து அரநீவாடு ஓடுனதுனால வலையள்ள மச்சமில்லாமப் போச்சி. அந்தப் பேய்க் காற்றுலயும், மக்கள் தொழிலுக்குப் போயிருக்காங்க. போனவங்க எல்லாருமே கை முறிஞ்சி, கால் முறிஞ்சி கரை சேந்தாங்களாம். நாச்சியார் ஆத்தா பிள்ளைக மட்டும் இன்னும் திரும்பி வரக் காணும். ஆத்தா ஊர் சந்தியில நின்னு ஒப்பாரி வச்சிருக்கா. யாராலும் உதவி செய்ய முடியல. ஊர் மக்கள் எவ்வளவோ தடுத்தும் கேக்காம, ‘எம் புள்ளைகள நானே காப்பாத்துறேன்’னு ஒத்த மனுசியாக் கடல்ல கட்டுமரத்த இறக்கிப் போனாளாம்.”

“. . .”

“அவ தெய்வப் பிறவி, எப்படியோ கடல்ல பிள்ளைகளக் கண்டுபிடிச்சி அவங்க கரைவார நேரம், திரும்பவும் கடும் புயலெடுத்திருக்கு, பெரிய அலைகள் அடுக்கடுக்கா வந்திச்சாம். “அய்யாமாரே நீங்க போங்க, கடல் உயிர்ப்பலி கேக்குது”ன்னு அவள் சொல்லி வாய் மூடியிருக்கவில்லை, பேயலை ஒன்று வந்து அவளைச் சுழற்றி உள்ளிழுத்துக் கொண்டதாம். அவளைக் காப்பாத்த முடியாத சோகத்தோட அவ பிள்ளைக கரை திரும்புனாங்களாம். அன்றிலிருந்து இன்றுவரை கூத்தன் துறையில அலைகடல் இல்லாமப் போச்சு.”

“நம்ம ஊர் ஆழிமேல அலைபொங்கி வருத, அதுபோல கூத்தன் துறையில பொங்காதா?”

“கூத்தன் துறையில ஆழியே இல்லாமப் போச்சி.”

“அப்புடியா!”

“அந்தக் குடும்பத்துப் பெயர் கங்கர், அவுக இன்னும் கடற்கரையில அவளுக்கு அணையா விளக்குப் போட்டுக் கும்புடுறாங்க. அவளையும் நம்ம பாதிரிகள் பேய்னு சொல்லுறாங்க.”

“அவங்க எப்படி தாத்தா இங்க!”

“கூத்தன்துறை கங்கர் குடும்பத்துக்காரவுக நம்ம ஊர்ல பெண்ணெடுத்து வந்தவுக, இங்கே தங்கிட்டாங்க. அவுக குல தெய்வத்த மறக்க முடியுமா?”

நாச்சியார் கதையின் சுவராஸ்யத்தில் நேரம் கடந்திருந்தது. கூத்தன் பற்றி அதிகமாய்த் தெரிந்துகொள்ள ஆர்வமாய் இருந்தாலும், தாத்தாவிடம் மற்றொரு சமயம் கேட்டுக் கொள்ளலாம் என வீட்டுக்குக் கிளம்பினான்.

4

அந்த ஊரின் முகப்பிலேயே ஒரு பெரிய வேப்பமரம் இருந்தது. பட்டைகள் காய்ந்து, மரம் உயரமாய் வளர்ந்திருந்தது. அந்த ஊரில் நடக்கும் பல சம்பவங்களுக்கும் சாட்சியாக வெகுகாலமாக, அது அங்கேயே நின்றிருப்பதாகப் பாட்டி சொல்லியிருந்தாள். மரத்தடியில் விழுந்து கிடக்கும் வேப்பம் பழங்களுக்காகவும், காக்கைகள் தின்றுவிட்டுப் போடும் பழக்கொட்டைகளைச் சேகரிப்பதற்காகவும், அவன் காலை வேளைகளில் மரத்தடிக்கு வருவது வழக்கம். அன்றும் அவன் அதற்காகத்தான் மரத்தடிக்கு வந்திருந்தான். மரம் வெகுவாய்ச் சோர்ந்திருந்தது. இதற்கு முன்னால் அந்த மரத்தை இவ்வளவு சோர்வாய் அவன் பார்த்திருந்ததில்லை. முந்தினநாள் இரவு வாடைக் காற்று சூறாவளியாய் வீசியிருந்தது. அதற்கு வாடைக் கோதாலியென்று பெயர். மரத்தின் கிளைகள் முறிந்து, இலைகள் பெரும் குவியலாய்க் கொட்டிக்கிடந்தன.

முறிந்திருந்த மரக்கிளைகளிலிருந்து பிசின் வடிந்தபடியே இருந்தது. அது அந்த மரம் வடிக்கும் கண்ணீர் என்று அக்கா ஏற்கெனவே கூறியிருந்தாள். நோட்டுப் புத்தகங்கள் ஒட்டுவதற்காக அவர்கள் அந்தப் பிசினை எடுத்துப் பயன்படுத்துவதுண்டு. வேப்பமரத்தின் பரிதாப நிலைமைக்காக அவன் வருந்தினான். அவனுக்கு மரத்தோடு பேச வேண்டும் போலிருந்தது. மரமும் அப்படியே நினைத்திருக்க வேண்டும். அவன் அடிமரத்தோடு சாய்ந்திருந்தான். மரத்தைத் தன் கைகளால் இறுக்கி அணைத்தான். மரம் சிலிர்த்துக்கொண்டது, மேலிருந்து காய்ந்த இலைகள் அவனை ஆசீர்வதிப்பதுபோல் விழுந்தன.

"உன்னை எனக்குப் பிடிக்கும்" என்றது மரம்.

அவன் சுற்றுமுற்றும் பார்த்தான். திரும்பவும் மரத்தண்டில் தன் காதுகளை வைத்துக் கேட்டான் மரம் பேசுவது அவனுக்குக் கேட்டது.

"நான்தான், என் காயங்களைப் பார்த்து வருந்துகிறாயா? நான் பேசுவது உனக்கு மட்டும் கேட்கும். யாருக்கும் வாய்க்காத சக்தி அது."

"உனக்கு வலிக்கிறதா?" அவன் மெல்லிய குரலில் கேட்டான்.

"எனக்கும் உயிர் இருக்கிறதே, வலிக்கத்தானே செய்யும். வாடைக்கோதாலி என்னைப் பிடுங்கிவிடுமோன்னு பயந்தேன். சரி ஆபத்துக்குப் பாவமில்லைன்னு ஒரு கிளைய முறிக்கக் கொடுத்தேன். முறிச்சிப் போட்டுட்டுப் போயிடிச்சி."

"..."

"தலைமுறைகளைக் கடந்து நான் இங்கு நின்றிருக்கிறேன், யார்யாரோ வருகிறார்கள் போகிறார்கள். என் அடிமரத்தில் தலைவைத்துத் தூங்குகிறார்கள், யாரும் உன்னைப்போல் பாசமாய் என்னை வருடியதில்லை."

"நான் ஏதாவது செய்ய வேண்டுமா?"

"நீ என்னை வருடி நிற்பதே போதும். எனக்கு என் தந்தையாரின் நினைவு வருகிறது."

"உனக்கு அப்பா இருந்தாரா!"

"இருந்தார், அவரை வெட்டி எறிந்துவிட்டார்கள். அவர் மரிக்கும்போது நான் சிறிய கன்றாக இருந்தேன். மரிப்பது தனக்குச் சுகமே என்று அவர் என்னிடம் சொன்னார். என் நிழலில் உன்னால் வளரமுடியாது, என் இல்லாமையில் நீ பெரிய விருட்சமாக வளர்வாய் என்றும் சொன்னார். இன்னும் இந்த ஊர்பற்றி நிறையக் கதைகள் என்னிடம் சொல்லியிருக்கிறார்."

"அப்படியா..."

"என் நிழலில் யார்யாரோ வந்து அமர்வார்கள். அவர்களிடமெல்லாம் எனக்குப் பேசத் தோன்றவில்லை. ஒரு சந்நியாசி அடிக்கடி வந்து என்னோடு பேச முயலுகிறார். அவரோடும் எனக்குப் பேசத் தோன்றவில்லை."

"..."

"என் அப்பா இருந்த காலத்தில் இங்கு இருந்த மணற்தேரி களில், புன்னை மரங்களும் தாழை மரங்களும் இருந்ததாம்."

"..."

"மணற்தேரியைத் தோண்டித்தான் குடிக்கவும் குளிக்கவும் தண்ணீர் எடுத்தார்களாம்."

"அவையெல்லாம் எங்கே போனது!"

"மக்கள்தொகை பெருக, குடியிருப்புக்காக மணற்தேரியைச் சமப்படுத்தி, மரங்களையும் வெட்டித் தள்ளிவிட்டார்கள். ஊரின் நடுப்பகுதியில் கடலரிப்பு ஏற்படுகிறதே அதற்குக் காரணம் அவை இல்லாததுதான். ஒவ்வொரு வீட்டிலும் பத்து, பதினைந்து எனப் பிள்ளைகள் பெற்றால், அவர்களுக்கு இருக்க வீடுகள் வேண்டுமே ..."

"குடும்பம் பெருகுவது நல்லதுதானே!"

"யாருக்கு நல்லது, அவரவர் குடும்பத்துக்கு நல்லது. குடும்பத்தில் ஆண்பிள்ளைகள் பெருகினால் பெரும் குடும்பம் என்று பெயரெடுக்கலாம். கம்பெடுத்துக் கலகம் செய்யலாம், ஊரை ஆளலாம்..."

"..."

"என் அப்பா காலத்திலும் இங்கு ஊர்க் கூட்டம் நடந்ததாம். அறம் சார்ந்த மூத்தோர் சொல் எடுபட்டது. இப்போதோ சுயநலமே மிஞ்சுகிறது."

"..."

"சிலநாட்கள், மாலைவேளைகளில் இங்கு ஊர்க்கூட்டம் நடக்கும். சனத்தொகை பெருத்த குடும்பத்துக்காரர்கள் இங்கு அரையில் தொங்கும் அரிவாள், ஆயுதங்களோடு அமர்ந்திருப் பதை நான் பார்த்ததுண்டு. பல வழக்குகள் நடக்கும். பேச்சு வார்த்தையில் உடன்பாடு ஏற்படாமல் சிலவேளைகளில் சண்டைகள் ஏற்பட்டு, பின் அதுவே ஊர்க் கலகமாக மாறுவதும் உண்டு. அனைத்தையும் அமைதியாக வேடிக்கை பார்த்தபடியே இருப்பேன்."

"..."

"பழங்குடிகளான இவர்களிடம், 'பாலைப் பார்ப்பதா, பால் பானையைப் பார்ப்பதா' என்றொரு சொலவடை இருந்தது."

"பழங்குடின்னா என்ன?"

"இந்த மண்ணின் ஆதிக்குடிகள், சங்க இலக்கியங்களில் பாடல் பெற்ற மக்கள். கடலும் கடல் சார்ந்த இந்தப் பிரதேசத்தை நெய்தல் என்று தமிழாதிகள் அழைத்தார்கள்."

"அப்ப நாங்க ஆதிக் குடிகளா?"

"நீங்கள்தான் இந்த மண்ணின் பூர்வீகப் பழங்குடிகள். பழங்குடி என்பது, ஏதோ தாழ்வான நிலைபோல அரைகுறை யாகப் படித்தவர்கள் இன்று பிதற்றுகிறார்கள்."

“ஏதோ சொலவடை பற்றிச் சொல்லவந்த, சொலவடைன்னா என்ன?”

“ஆதி காலத்து மக்கள், மொழிப் பயன்பாடு ஏற்பட்டதும், தங்கள் வாழ்வின் விழுமியங்களை மொழிக்குள் பொதிந்து வைத்தார்கள். அதற்கு சொலவடை என்று பெயர்.”

“...”

“ஊர்க் கூட்டங்களில் பிரச்சினைகளுக்குத் தீர்வு சொல்லும்போது, குற்றம் சாட்டப்பட்டவரைப் பார்ப்பதா அல்லது அவரது பூர்வீகம் பார்ப்பதா என்றால் பெரும்பாலும் பூர்வீகம் பார்த்தே முடிவுகள் எடுத்தார்கள். அதற்கு வர்க்கம் பார்ப்பது என்று பெயர். முன்பு போல் நீதி, நியாயம் இல்லாத நடைமுறையால் எப்போதும் சண்டை. ‘மனை சிறுத்து மக்கள் பெருத்து’ என்று வாழும் ஊரில், வலுத்தவன் சொல்தான் சபையேறுகிறது.”

“வர்க்கம்னா என்ன?”

“வர்க்கம் என்பது ஒரு கொடிபோலப் பின்னோக்கிப் படர்ந்து பாட்டன், முப்பாட்டன், ஓட்டன் ஏன் அதையும் தாண்டி விரிவடைவது. ஒரு பிரச்சினையின் ஆணிவேர் எது என அறியவும், குடும்பப் பாரம்பரியம், பண்பாடு அறியவும் இந்தப் பழக்கம் இவர்களுக்கு உதவியது. தனிமனிதனை, அவனது சமூக உறவை வேர்களின் மூலமாகவே இவர்கள் தெரிந்துகொள்ள விரும்பினார்கள். ஒவ்வொரு வர்க்க வேருக்கும் தனித்துவமான குணங்குறிகளும் பண்புகளும் இருந்தன. பெண் கொள்வதிலும், கொடுப்பதிலும் மட்டுமல்ல இறப்பு, பிறப்பு நிகழ்வுகளிலும், தொழில் செயல்பாடுகளிலும் வர்க்கம் சார்ந்தே அத்தனையும் இங்கு நடந்தன.”

“உனது அப்பா காலத்திலும் இதுதான் நிலமையா!”

“பாதுகாப்புக் கருதி வேற்று இனத்தாரோடு சண்டை சச்சரவுகள் இருந்திருக்கலாம். உள்ளூருக்குள் இதுபோலப் பூசல்கள் இல்லை.”

“வேற்று இனத்தார் என்றால்...!”

“சமவெளிக்காரர்கள்.”

“...”

“மேற்கிலும் கிழக்கிலுமாக நிறையக் கடற்கரையூர்கள், பட்டினங்கள் இருக்கின்றன. மீன்பிடித்தல் மட்டுமல்லாது கடல்வழி வாணிபத்திலும் சிறந்துவிளங்கிய இவர்கள்,

பெரும் செல்வந்தர்களாக இருந்தார்களாம். இலக்கியங்களில் சொல்லப்பட்ட வடகிழக்கு நதிக்கரைத் துறைமுக நகரத்து மாநாய்கன், மாசாத்துவான்களும் இந்தப் பரதவர்கள்தான். அங்கு புகழ்பெற்ற ஒரு மாநாய்கனின் மகள் ஒருத்தி நீதி கேட்டுப் பாண்டியர்களின் தலைநகரை எரித்த கதையை நீ படித்திருப்பாயே!"

"ஆம்" என்றான்.

"தனித்துவமான குணங்குறிகளோடு, யாருக்கும் கட்டுப்படாமல் இவர்கள் வாழ்ந்ததால், ஆட்சியில் இருந்தோருக்கும், இருப்போருக்கும் இவர்களைப் பிடிப்பதில்லை."

"ஏன்?"

"கடலுக்கே பயப்படாதவர்கள், நிலம் சார்ந்தவர்களுக்குப் பயப்படுவதில்லை."

"பாதிரியார்களுக்குக் கட்டுப்பட்டு நடக்கிறார்களே!"

"அது ஆன்மீக மேய்ப்பர்களின் தந்திரம். இயேசு பிறந்த ஊரான பெத்லகேம் பற்றி ஒரு வாக்குத்தத்தம் இருந்ததுபோல இந்த ஊர் பற்றியும் வாக்குத்தத்தம் இருக்கிறது."

"பெத்லகேம் பற்றிய வாக்குத்தத்தம் என்ன?"

"பெத்லகேமே, பெத்லகேமே... நீ யூதாவின் நகரங்களில் சிறியவளே அல்ல. உன்னிலிருந்துதான் மீட்பர் தோன்றுவார் என்பதுதான். இந்த ஊரிலும் புரட்சியாளர்கள் தோன்றினார்கள். நான் பார்த்துக்கொண்டுதானே இருக்கிறேன். புரட்சியாளர்கள் வந்து புதுரத்தம் பாய்ச்ச முயன்றார்கள். ஆனால் தோற்றுப் போனார்கள்."

"..."

"கவிஞர்கள் தோன்றினார்கள், அவர்களையும் வாழ்வைப் பதிவு செய்யவிடாமல், புனிதர்கள் புகழ் பாட வைத்து விட்டார்கள். ஆனாலும், இந்த ஊரில் பிறந்த ஒருவன்தான், பின்னாளில் இந்த மக்களின் பண்பாட்டை, கலாச்சாரத்தைப் பொதுவெளியில் சொல்லப் போகிறான். அது நடக்கும். அவனை எனக்கு நன்றாகவே தெரியும்."

"புனிதர் புகழ் பாடுவது நல்லதுதானே!"

"ஆன்மீகம் வேறு, சமூகம் வேறு. இப்போது நல்லதாகத் தெரிபவை போகப்போக மாறிவிடும். தேவையான நேரத்தில், காலம் அதை உனக்கு உணர்த்தும். அப்போது நீ என்னை

மறந்துவிடாதே. நீ வீட்டுக்குப் போக வேண்டுமா, சரி இந்தக் கொட்டைகளை எதற்குக் கொண்டுபோகிறாய்?"

"வேப்ப எண்ணெய் எடுப்பதற்காக ஆத்தா விற்றுவிடுவாள்."

"அப்படியா... முடிந்தால் சில கொட்டைகளை ஊன்றி வை, அவை பிற்காலங்களில் வளர்ந்து என்னைப்போல் நிழல் தரும். உன்னிடம் ஒரு சங்கதி சொல்ல மறந்துவிட்டேன்."

"என்ன சங்கதி?"

"உன் ஆத்தா, நீ குழந்தையாய் இருந்தபோது உன்னையும், உன் அக்காவையும் கொல்ல முயன்ற சங்கதி. குடும்பப் பிரச்சினையில் உங்கள் இருவரையும் வடக்கே வெகுதூரத்தில் உள்ள ஒரு நகருக்குக் கூட்டிப்போய் அங்கும் வேலை கிடைக்காமல், பசி பட்டினியில் வாடுவதைவிடச் சாவதே கௌரவம் என்று முடிவெடுத்து விட்டாள். உன் பாட்டிதான் உங்களை எல்லாம் காப்பாற்றிக் கொண்டுவந்தாளாம்."

"..."

"நீ காப்பாற்றப் பட்டிருக்கிறாய். ஏதோ ஒன்று உன்மூலம் நடக்கலாம். அதற்காக உன் உயிர் காப்பாற்றப்பட்டிருக்கலாம். வாழ்வதும் சாவதும் நம் சித்தமல்ல, படைத்தவன் சித்தம். இவையெல்லாம் இப்போது புரியாது, போகப்போகப் புரியும்."

"படைத்தவனா அது யார்?"

"உன்னையும் என்னையும் இந்த உலகில் உள்ள அனைத்தையும் படைத்தவன்."

"அவர் பிதாவாகிய சர்வேஸ்வரனைவிடப் பெரியவரா?"

"இதற்கு என்னிடம் இப்போது பதிலில்லை. காலம் வரும்போது அது உனக்கே தெரிவிக்கப்படும்."

"சரி."

"உன்னிடம் கதை சொல்ல நான் இருப்பதுபோல, உன் மகனிடம் கதை சொல்ல என் பிள்ளை வளரலாம் அல்லது நானே இருக்கலாம், இந்த ஊர்க்காரர்கள் என்னை வெட்டி வீழ்த்தாதவரை."

"உன்னை எதற்காக வெட்ட வேண்டும்?"

"அதிக வீடுகள் கட்டுகிறார்களே, யாராவது என்னை ஜன்னல் சட்டமாய், கதவாய்ப் பார்த்தால் என் கதை அதோ கதிதான்!"

யாத்திரை ❈ 39 ❈

“சரி பயப்படாதே, நான் வருகிறேன். ஆத்தா என்னைத் தேடுவாள்” என்றபடியே மரத்தை விட்டுக் கிளம்பினான். நாட்கள் கடந்துபோக அவனுக்கு வேப்பமரத்தோடு பேசியது மறந்து போனது.

ஒருநாள் அந்த மரத்தடியில், நீண்டு வளர்ந்த தாடி, மீசையோடு ஒரு சந்நியாசி அமர்ந்திருந்ததை அவன் பார்த்தான். அவர் சந்நியாசியாகத்தான் இருக்க வேண்டும் என்பதை அவரது காவி உடை காட்டியது. பரந்த நெற்றியில் விபூதி. தோள்பையிலிருந்து காய்ந்த இலைகளை எடுத்துச் சுருட்டிப் புகைத்தபடியே இருந்தார். வாயிலிருந்து புகை வெளிவரும் வேளைகளில் அவரது பார்வை வான்நோக்கியே இருந்தது, முகத்தில் இளநகை. அந்தச் சந்நியாசி பற்றியே, வேப்பமரம் அவனிடம் பேசியிருந்தது. அது கத்தோலிக்கக் கிறிஸ்தவர்கள் வாழும் ஊராக இருந்தாலும் யாரும் அவரை விரோதியாகப் பார்த்தது போலில்லை. எளிய புன்னகையோடே அவரைக் கடந்துபோனார்கள். அவனைப் போன்ற சிறுவர்கள் மட்டும் அவரருகே வரப் பயந்து தூரத்திலிருந்தே உற்றுப் பார்த்தபடி இருந்தார்கள். அவருக்கு அந்த ஊரிலேயே ஒரு மகளும் பேரப்பிள்ளைகளும் உண்டு. சந்நியாசி, மகள் வீட்டுப் பக்கம் போய் அவன் பார்த்ததேயில்லை. தேரிக்காட்டில், கள் குடித்துவிட்டுப் பனைமரங்களுக்கிடையே நடந்தபடி, வானத்தை வெறித்துப் பார்த்து ஆட்காட்டி விரல் நீட்டி ஏதேதோ பேசுவார். அது எதுவும் யாருக்கும் விளங்குவதும் இல்லை.

அன்று வழக்கம் போலவே வேப்பமரத்தடியில் புகைத்தபடி இருந்தவர், தென்கிழக்காக நடந்து அலைவாய்க் கரைக்கு வந்திருந்தார். ஆள் நடமாட்டம் இல்லாத மணற்குன்றுகள் நிறைந்த பகுதி அது. சிறிது நேரம் கடலையே உற்றுப் பார்த்தபடி இருந்தவர், கைகளை ஆட்டியபடி கடலிடம் ஏதோ பேசினார். தோள்பையிலிருந்த விபூதிப் பெட்டலத்திலிருந்து கொஞ்சம் விபூதியை எடுத்துத் தன் காலடியில் கடலில் கரைத்தார். உடைகளைக் களைந்துவிட்டுக் கோவணத்தோடு கடலுள்ளே இறங்கி, வெகுநேரம் கடலில் மிதந்தபடியே இருந்தார். கரையிலிருந்த அவரது உடமைகளைப் பார்த்த ஊர் நாய்கள், தூரத்திலிருந்தவாறே குரைத்துப் பின்வாங்கின. மிதவலான கச்சான் காற்று வீசியது. கடலிலிருந்து வெளியே வந்தவர், காய்ந்த மணலில் உருண்டு புரண்டார். அதைத் தூரத்திலிருந்தே பார்த்த அவன், மகுடியில் கட்டுண்ட பாம்பாக அவர் அருகே வந்தான். இன்னும் அருகில் வருமாறு கைகளை அசைத்தார். அவனது இரு கைகளையும் பிடித்துக் கண்களையே சிறிது நேரம்

உற்றுப் பார்த்தார். வாஞ்சையோடு அவன் முதுகை வருடியவர் சொன்னார்:

"குமரியும் சந்தனமாரியும் நாச்சியாரும் நம்முடைய ஆத்தாமார்கள். ரத்தமும் சதையுமான அந்த உறவ விட்டுட்டோம். காலம் கனியும்போது, இருக்கிறவராக எப்போதும் இருக்கிறவரின் எழுதுகோல் உன் கைக்கு வரும். மறைவான பல செய்திகள் உனக்கு வெளிப்படுத்தப்படும், அதனால் பலருக்கும் எதிரியாவாய்.

நீ பிறவாதிருந்திருந்தால், அது உனக்கு நலமாய் இருந்திருக்கும். ஆனால், பயப்படாதே உன்னைக் கொண்டுவந்த காலம், தன் உள்ளங்கையில் வைத்துத் தாங்கும்.

இந்த மக்களில் சிலர் உன்னைப் பழித்துரைப்பார்கள். இல்லாதது, பொல்லாதது எல்லாம் சொல்லி உன்னை, முடக்கப் பார்ப்பார்கள். அது நடக்காது. ஒருநாள் இழித்துரைத்தவர்களே உன்னைத் தேடுவார்கள்.

குடும்ப வாழ்விலும் நிம்மதியில்லாமல் தவிப்பாய். அந்தத் தவிப்பு உனக்குப் பல பாடங்களைக் கற்றுத்தரும். மனிதர்களை அறிந்துகொள்வாய். அனுபவம் பெறுவாய், ஆனாலும் அமைதி அடையமாட்டாய்.

இன்னும் சொல்கிறேன் கேள். இந்த ஊரில், நீ வேர்பாவி நிற்க முடியாது. நிழலின் அடியில் மரங்கள் வளராது. உனக்கும் உன் சந்ததிகளுக்கும், இந்த ஊர் தொடர்பில்லாமல் போகும். அதுதான் நடக்கும். வடக்கே எங்கெங்கோ போவாய், பெரிய மனிதர்களின் நட்பு உனக்குக் கிடைக்கும். யாருக்காகக் காலம் உன்னைக் கொண்டு வந்திருக்கிறதோ, அவர்களின் நலனுக்காக அந்தத் தொடர்புகளைப் பயன்படுத்துவாய். ஆனாலும் அவர்களால் புரிந்துகொள்ளப்பட மாட்டாய். அப்போது நான் இன்று சொன்னது உனக்கு விளங்கும்."

தோள்பையிலிருந்த விபூதியை எடுத்து அவனது முகத்தில் ஊதினார், கனவிலிருந்து விழிப்பதுபோல் இருந்தது. மறுநாள் அந்த ஊரில் நல்ல மீன்பாடு.

5

அந்த ஊர் ஆலயத்தில், தேவ அழைத்தல் வாரம் அறிவிக்கப்பட்டிருந்தது. 'அறுவடையோ மிகுதி, வேலையாட்களோ குறைவு. எனவே அறுவடைக்கு ஆட்களை அனுப்பும்படி அறுவடையின் ஆண்டவரை மன்றாடுவோம்' என ஆலயத்தில் பிரார்த்தனை நடந்தபடி இருந்தது. ஊரில் பாதிரிமாருக்குக் கிடைக்கும் மரியாதைகளைப் பார்த்து, அவனுக்கும் பாதிரியாராய் ஆக வேண்டும் என்ற ஆசை இருந்தது. அவன் பெரிய பாதிரியாராய் அந்த ஊரிலேயே மேளதாளத் தோடு பவனி வருவதாகக் கனவுகள் கண்டான். அடுத்த சில வாரங்களுக்குள்ளாகவே, அவன் பாதிரியார் மடத்துக்குத் தேர்வாகியிருந்தான். அந்த ஊரிலிருந்து கிழக்கே இருந்த ஒரு துறைமுகப் பட்டினத்தில், பாதிரியார் மடம் இருந்தது. அங்கு பலவிதமான மக்கள் வாழ்ந்தார்கள். தொழிற்சாலைகளும் வணிக வளாகங்களும் நிறைந்த கடற்கரைப் பட்டினமாய் அது இருந்தது. அவர்கள் பாய்மரக் கப்பலோட்டினார்கள். அதற்குத் தோணி என்று மற்றொரு பெயரும் இருந்தது. இலங்கை, வங்காளம், மலையாளம் எனக் கடற்பயணங்கள் சென்றார்கள். ஏற்றுமதி, இறக்குமதி நடந்தது. வாய்ப்பு கிடைக்கும் வேளைகளில், துறைமுகம் அருகே உள்ள கடற்கரைக்கு வந்து, அங்கு பாய்புடைத்து ஓடும் தோணிகளைப் பார்த்து அவன் ரசிப்பான்.

ஊரில் அவன் பார்த்திருந்த, ஒரு நல்ல பாதிரியாரைப் போல் ஆக வேண்டுமென்ற ஆசையில்தான் அங்கு வந்திருந்தான். அவர் செல்வச் செழிப்புள்ள குடும்பத்திலிருந்து வந்தவர். ஜெபம், தவம் என்று இருந்தாலும் மக்கள் பணியே பிரதானம் என்று வாழ்ந்தார். அந்த ஊரில் அவருக்கு நல்ல

பெயர் இருந்தது. இச்சைகளைக் கட்டுப்படுத்த, அவர் தன்னையே வருத்திக்கொண்டார். அவரைப் போலவே ஆக வேண்டும் என்பது அவனது எண்ணம். பாதிரியார் மடத்தில் ஜெப, தவ வாழ்க்கைக்குக் குறைவில்லாமல் இருந்தாலும், மனம் மட்டும் ஒட்டாமலேயே இருந்தது. பெரும்பாலான பாதிரி மாணவர்கள், அதை ஒரு வேலை வாய்ப்பாகக் கருதியே வந்திருந்தார்கள்.

அந்தப் பாதிரியார் மடத்தில் ஒரு வயோதிகப் பாதிரி இருந்தார். போகும்போதும், வரும்போதும் அவர், அவனைத் தன் கடைக் கண்ணால் பார்ப்பார். அவர் கண்களில் கருணை இருந்தது. ஒருநாள் அவனை நேருக்கு நேராகச் சந்தித்தவர், “என் அறைக்கு வா” என்றார். அவனும் மறுவார்த்தை பேசாமல் அவர் பின்னாலேயே சென்றான்.

அவரது அறையிலிருந்த மேஜையில் ஒரு சிலுவையும் விவிலியமும் இருந்தன. அருகே ஒரு நார்க் கட்டில் அதன் மேல் தலையணையும் கம்பளியும். அறையின் உயரே, சுவர் மூலைகளில் சிலந்தி வலைகள். அறையிலிருந்த ஒரே ஜன்னலும் அடைக்கப்பட்டிருந்ததால் காற்றோட்டமில்லாமல் புழுக்கமாய் இருந்தது. அவர் அணிந்திருந்த அங்கியின் கீழ்ப்பகுதி கிழிந்து தைக்கப்பட்டிருந்தது. அதை அவரே தைத்திருக்க வேண்டும். பழைய மின்விசிறியோ, மிதமாய்ச் சுழன்றபடி இருந்தது. குளியலறைக்குப் போகும் வழியிலிருந்த, கொக்கியில் மற்றொரு அங்கி. அவை தவிர வேறு எதுவும் அவன் கண்களில் படவில்லை.

“உனக்கு எந்த ஊர்?”

அவன், தன் பிறந்த ஊரின் பெயரைச் சொன்னான். வெகுநேரம் அவனைப் உற்றுப் பார்த்தபடியே இருந்தவர், கண்களை மூடித் தலையை உயர்த்தி அங்குமிங்கும் ஆட்டினார். நெஞ்சைப் பிடித்தபடி இருமினார். எழுந்து அவனருகில் வந்து, அவன் கண்களை வருடினார், நெற்றியில் முத்தமிட்டார். அவனுக்கு எதுவுமே புரியவில்லை.

“எனக்கும் கடற்கரை ஊர்தான். எங்கள் குடும்பமெல்லாம் இப்போது பக்கத்துத் தீவு நாட்டில் தஞ்சமடைந்து விட்டார்கள். எனகசு இங்கு யாரும் இல்லை. மரணத்தை எப்போதும் எதிர் நோக்கியிருக்கும் நான், ஒரு தனிக்கட்டை”.

“. . .”

“உன் கண்களில் ஒளி தெரிகிறது.”

“. . .”

“நீ இங்கிருந்து போய்விடு, இது உனக்கான இடமல்ல” என்றார்.

“. . .”

“அன்பு, அமைதி, கட்டுப்பாடு கொண்டவர்கள் நாங்கள் என்று சொல்லும் பாதிரிகள், பதவிக்காக, பணி இடங்களுக்காகச் சண்டையிட்டுக் கொள்கிறார்கள். அந்தக் காலத்தில் செல்வச் செழிப்பான குடும்பங்களை விட்டுவிட்டு நாங்கள் வந்தோம்.”

“. . .”

“இப்போதெல்லாம் அன்பு என்னும் அடிப்படைத் தகுதியே இல்லாதவர்கள், பாதிரிகளாக ஆசைப்படுகிறார்கள்.”

“. . .”

“மதத்தைப் பரப்புவதும் சிலருக்குப் பிழைப்பாக மாறிவிட்டது.”

“வழிபாடு நடத்துகிறீர்கள், ஜெப, தபங்கள் செய்கிறீர்கள்!”

“எங்களுக்கு இயேசு ஒரு பொருட்டே அல்ல. எல்லாமே கதைகளும் சடங்குகளும். எதையும் நாங்கள் அறிவின் துணைகொண்டு, மறுபரிசீலனை செய்வதில்லை. எங்களை நம்பியவர்களைச் செய்யவும் விடமாட்டோம்.”

“எப்போதும் இருமியபடி இருக்கிறீர்களே, மருந்து சாப்பிட்டீர்களா?”

“இந்த வளாகத்தில் என்னிடம் முதல் ஆளாக, நீ இந்தக் கேள்வியைக் கேட்கிறாய். என் நெஞ்செல்லாம் நிறைந்து விட்டது. உடல்வலி ஒரு பொருட்டல்ல, உள்ளத்தின் வலியைத்தான் தாங்க முடியவில்லை.”

“. . .”

“இளம் பாதிரிகளுக்கோ வயதானவர்களைக் கண்டாலே வெறுப்பு.”

“அவர்களுக்கும் வயதாகி, தள்ளாடும் நிலை வருமே!”

“அதையெல்லாம் யார் நினைக்கிறார்கள்.”

“. . .”

“கருணை, சகிப்புத் தனமையற்ற, உளறுவாயர்களான எங்களிடமிருந்து, நீ அன்பையும் பொறுமையையும் மௌனத்தையும் கற்றுக்கொள்ள முடியாது!”

"..."

"துறவு என்பதே, முழு உலகத்தையும், அதன் சுகங்களையும் நுகர்வதற்கான வாய்ப்பு என நினைக்கிறார்கள்."

"..."

"உன் கண்களில் தேடல் தெரிகிறது. தேடல் உள்ளவர்களுக்கு உகந்த இடம் இதுவல்ல."

"..."

"அப்பழுக்கற்ற உன் ஆன்மாவை மட்டும், கறைபடாமல் எப்போதும் காத்துக்கொள்."

"ஆன்மா என்றால் என்ன?" என்று அவன் அவரிடம் கேட்டான். அவரோ குமிண்சிரிப்புச் சிரித்து, மௌனமானார். அவரது மூடிய கண்களிலிருந்து கண்ணீர் வடிந்தபடி இருந்தது. அவரிடம் மேற்கொண்டு எதுவும் அவன் பேசத் துணிய வில்லை. பள்ளியிறுதித் தேர்வுக்குப் பின்னான விடுமுறைக்குப் பின், அவன் அந்தப் பாதிரியார் மடத்துக்கு வரவில்லை.

6

சிறுவன் பக்கத்து ஊர்ப் பள்ளியில், மேல்நிலை வகுப்பில் சேர்ந்திருந்தான். நண்பர்களோடு, நடை பயணமாகக் கட்டுச்சோறும் புத்தகப் பையும் சுமந்து செல்வது அவனுக்கு உற்சாகமாய் இருந்தது. வழியில் தேரிப் பனங்காட்டு விடிலிகளிலிருந்து கிளம்பும் கொதிக்கும் பதநீர் மணம் அவனுக்குப் பிடிக்கும். அந்த மணத்தை ஆசையாய் முகர்ந்த படியே நடப்பான். பள்ளி, மரம், செடி, கொடிகள் சூழ, ரம்மியமாய் இருந்தது. மதிய வேளைகளில், புளிய மரத்தடியில் ஆத்தா கொடுத்துவிடும் கட்டுச்சோற்றைப் பிரித்துச் சாப்பிட்டுவிட்டு, ஒரு கண்ணுக்குக் காற்றாடப் படுப்பான். வகுப்புகள் ஆரம்பிக்கும் முன்னால் அங்கு ஜெபம் சொல்வார்கள், அந்த ஜெபம் அவன் வழக்கமாய்ச் சொல்லும் ஜெபத்திலிருந்து மாறுபாடாய் இருந்தது.

"எங்களை நேசிக்கிற எங்கள் அருமையான இயேசுக் கிறிஸ்து ராஜா, நண்பரும் சகோதரருமாய் இங்கே கூடிநிற்கும் இவர்களைக் கண்ணோக்கிப் பாரும் ஆண்டவரே. இந்த நாளிலே புதிதாய் வந்திருக்கும் இந்தப் பிள்ளைகளை, உமது திருப்பாதத்தில் ஒப்புவிக்கிறோம் அய்யா. உமது பிரசன்னம், இங்கு இறங்கிவந்து எங்களை நிறைப்பதாக. உமது ஆவியானவரை அனுப்பி, எங்கள் ஒவ்வொருவரையும் தொட்டு ஆசீர்வதியும் தேவனே. ஏதேன் தோட்டத்தின் கனி வர்க்கங்களை எங்களுக்குத் தருவதாக வாக்களித்த தகப்பனே, இந்த நாளின் ஆசீர்வாதங்களால் எங்களை நிரப்பும் அப்பா. காலியான பாத்திரங்களை ஏந்திநிற்கும் இந்தப் பிள்ளைகளின் பாத்திரங்களை நீர் நிறைப்பீர், அவர்கள் படிப்பை ஆசீர்வதிப்பீர், உமது ஞானத்தால் அவர்களை நிறையும். இஸ்ரவேலை

வழிநடத்தியதுபோல, அவர்களை வழிநடத்துவீர். இயேசுவின் இனிய நாமத்தில் கேட்கிறோம் பரம பிதாவே".

"என் ஆத்துமாவே கர்த்தரைத் தோத்தரி, என் முழு உள்ளமே கர்த்தரின் பரிசுத்த நாமத்தைத் தோத்தரி. என் ஆத்துமாவே கர்த்தரைத் தோத்தரி அவர் செய்த செயல்களை மறந்துவிடாதே".

இந்த நேரடியான பிரார்த்தனை அவனுக்குப் புதிதாய் இருந்தது. தொடக்கத்தில் கிண்டலாய் இருந்தாலும், நாட்கள் கழியக்கழிய அவனுக்குப் பிடித்துப்போனது. ஜெபப் புத்தகம் இல்லை. எங்களுக்காக வேண்டிக்கொள்ளும் என வெளிநாட்டுப் புனிதர்களைத் துணைக்கு அழைக்கும் பரிதாபம் இல்லை. நேரடியாய் கர்த்தாவோடு... அவனைப் பொறுத்தவரையில் ஏதோ ஒரு புதிய வாசல் திறப்பது போலிருந்தது. அந்தப் பள்ளியில் அவனுக்கு ஒரு நண்பன் கிடைத்தான், அவன் அந்த ஊர் போதகரின் மகன்.

"எங்க வேதத்தில் பாதிரிகள் திருமணம் செய்துகொள்வதில்லை, அப்படியிருக்கப் போதகராய் இருக்கும் உனது அப்பா எப்படி!" என்று அவன் நண்பனிடம் கேட்டான்.

"காலத்துக்கேற்ப எங்க முன்னோர்கள் மாறிகிட்டாங்க. உங்க வேதத்துல தியாகம் செய்வதுபோல ஊருக்கு உபதேசம் செய்துவிட்டு, இருட்டுக்குள தவறு செய்றாங்க."

"கத்தோலிக்கத்தைக் குறை கூறுகிறாயா?"

"சடங்குகள மட்டுமே செய்து, மெய்யான இயேசுவ விட்டுட்டு புனிதர்கள்ங்குற சாதாரண மனிதர்களை வணங்குறீங்க."

"..."

"எங்ககிட்ட சிலை வழிபாடு கிடையாது. கர்த்தரிடம் செல்வதற்கு அவருடைய குமாரனான இயேசுவைத் தவிர, வேற யாரையும் நாங்க பின்பற்றுவது இல்லை."

"..."

"உலக முடிவில் அவர் மரித்தோரையும் ஜீவித்திருப்போரையும் நடுத்தீர்க்க வருவார்."

"புனிதர்கள்!"

"நம்மைப் போன்ற மனிதர்கள், அவர்களையும் நடுத்தீர்ப்பார்."

* * *

ஆலயத்தின் பாவசங்கீர்த்தனத் தொட்டியில் அவன் முழங்காலிட்டிருந்தான். பாவங்களில் பலவகை இருப்பதாகக் கேள்விப்பட்டிருந்தான். பத்துக் கட்டளைகளில், பாவங்களைப் பற்றியும் தெளிவான அறிக்கை இருந்தது. பாவசங்கீர்த்தனத் தொட்டிக்கு உள்ளே இருந்த பாதிரியார், தன் கையில் வைத்திருந்த ஜெபமாலையை உருட்டியபடியே இருந்தார். வாயில் அவர் ஏதோ முணுமுணுப்பது தெரிந்தது. பாதிரியாரிடம் எதைச் சொல்வது எதை மறைப்பது என்பதான பதற்றம் அவனுள் இருந்தது. வெகு நாட்களுக்கு முன்வீட்டு அலமாரி யிலிருந்து, புளிப்பு மிட்டாய் திருடியது பற்றி, அவன் இன்னும் பாவசங்கீர்த்தனத்தில் அறிக்கையிட்டிருக்கவில்லை. திருடியது ஒரு பாவமென்றால், சகோதரன் பழியேற்றுச் செய்யாத பாவத்திற்காக ஆத்தாவிடம் அடி வாங்கியதைப் பார்த்து மௌனமாய் இருந்தது மற்றொரு பாவம். அந்தக் குற்ற உணர்ச்சி, அவனை முள்ளாய்க் குத்தியது. இந்த முறையும் அவன் அந்தத் திருட்டு பற்றி அறிக்கையிடப் போவதில்லை.

ஊரில் பலரும் பாவசங்கீர்த்தனத்தை ஒரு சடங்காகவே கடந்துபோகிறார்கள் என்று அவனுக்குத் தெரியும். அவனைப் பொறுத்தவரையில் பாவசங்கீர்த்தனம், திருவிருந்தில் பங்குபெறுவதற்கான முன்கடமை அவ்வளவுதான். பாவசங்கீர்த்தனம் செய்யாவிட்டால், திருவிருந்தில் பங்கு கொள்ள முடியாது. அதற்காகவே பலரும் பாவசங்கீர்த்தனம் செய்வது அவனுக்குத் தெரியும். ஒவ்வொரு முறை பாவ அறிக்கை செய்த பிறகும், என் பாவமே, என் பெரும் பாவமே என்று அழுது புலம்ப வேண்டியிருக்கிறதே என்று வருந்தினான். 'எல்லாம் வல்ல இறைவனிடமும் சகோதர சகோதரிகளே, உங்களிடமும் நான் பாவியென்று ஏற்றுக்கொள்கிறேன். ஏனெனில், என் சிந்தனையாலும் சொல்லாலும் செயலாலும் கடமையில் தவறியதாலும் பாவங்கள் பல செய்தேன். என் பாவமே, என் பாவமே, என் பெரும் பாவமே ஆகையால், எப்போதும் கன்னியான பரிசுத்த மரியாளையும், வானதூதர் புனிதர் அனைவரையும், சகோதர சகோதரிகளே, உங்களையும் நம் இறைவனாகிய ஆண்டவரிடம் எனக்காக வேண்டிக் கொள்ள மன்றாடுகிறேன்.' என் பாவத்திற்காக இவர்கள் ஏன் மன்றாட வேண்டும்?

பாதிரியார் அவனது பாவப் பொறுத்தலுக்காக ஐம்பத்தி மூன்று மணி ஜெபமாலை, துக்க தேவரகசியத்தில் தியானித்துச் சொல்லச் சொல்லியிருந்தார். துக்க தேவரகசியம் இயேசுவின் பாடுகள் பற்றியது, ஜெபமோ 'அருள் நிறைந்த மரியே' என மாதாவிடம் வேண்டுவது. ஒன்றைத் தியானித்தபடியே

மற்றொன்றை எப்படிச் செய்வது என்று அவனுக்குள் குழப்பம் வந்தது. ஒவ்வொரு வாரமும், சனிக் கிழமைகளில் பாவசங்கீர்த்தனம் செய்வது சடங்காய்த் தொடர்ந்தபடி இருந்தது. சில வாரங்களில், அவன் பாவசங்கீர்த்தனதில் சொல்வதற்காகப் பாவங்கள் இல்லாமல் திண்டாடுவான்.

* * *

அன்று அந்த ஊரில் நல்ல மழை. தொடர்ச்சியாய் வானம் கிழிந்து கொட்டியது. ஊரெல்லாம் வெள்ளக்காடு. வடக்கே மொட்டப்புளி பள்ளம் நிறைந்து தேரிவழியாக மழைநீர் மேற்காகவும், கிழக்காகவும் பாய்ந்து கடல் நோக்கி ஓடியது. நீரோடும் பாதையை வழிமறித்துக் கட்டியிருந்த வீடுகளுக்குள் ளெல்லாம் வெள்ளம். அந்தக் காலத்தில் மாதம் மும்மாரி பொழிந்து, தென்னந் தோப்புகள் செழித்திருக்கையில் ஊரின் மேற்காகவும், கிழக்காகவும் அரண்போல ஆற்றுப்போக்கு ஏற்பட்டுக் கடலோடு கலந்ததாம். பாய்ந்த மழைநீரின் வேகத்தில் ஆழிப்பாறைகள் உடைந்து வழி ஏற்பட்டிருந்ததாகவும், அந்த வழிகளே கடலடி காலத்தில் கட்டுமரங்கள் கரைபிடிக்கவும், ஆழ்கடல் நோக்கிப் பயணிக்கவும் உதவியதாகவும் செவிவழிச் செய்தி உண்டு. சாலமோன் அரசர், ஜெருசலேமில் கட்டிய தேவாலயத்துக்கு இந்த நதிக்கரைத் துறைமுகம் வழியாகவே பொன்னும் மணியும் முத்தும் பவழமும் சந்தன மரமும் மயில்தோகையும் ஏற்றுமதி செய்யப்பட்டதாம். விவிலியத்தில் குறிக்கப்பட்டிருக்கும் ஒபீர் என்ற துறைமுகம் இதுவாகவே இருக்கும் என்று அந்த ஊர்க்காரர்களில் படித்தவர்கள் பெருமையடித்துக் கொண்டார்கள்.

அடர்மழை காரணமாக, வழக்கமான சிறுமழை நாட்களில், அங்கங்கு தேங்கிக் கிடக்கும் குட்டைகளில் காகிதக் கப்பல் விடும் சிறுவர்களையும் அன்று வெளியில் காண முடியவில்லை. பள்ளிகள் திறக்கவில்லை. காற்றும் கடலும் கடுகி நின்றதால், யாரும் மீன்பிடிக்கவும் செல்லவில்லை. விடுமுறையானதால், அவன் பாட்டி வீட்டில் இருந்தான். எதிரிலேயே மடக்கலப் பிள்ளை தாத்தாவின் வீடு. தாத்தா, சுருட்டுப் புகைத்தபடி வெளிப்புறத் திண்ணையில் குறுக்கும் நெடுக்குமாக நடந்தபடியே இருந்தார். நடையில் கோபம் தெரிந்தது. காரணம் வேறொன்றும் இல்லை, பாட்டி தாத்தாவின் சொல்வார்த்தை கேட்காமல், ஞாயிற்றுக் கிழமைகளிலும், கடன் திருநாட்களிலும் முழுப் பூசை காண வேண்டும் என்ற திருச்சபைச் சட்டத்திற்கு இணங்க ஆலயத்திலேயே கிடையாய்க் கிடந்தாள். திருவிழா நடந்தபடி இருந்ததால் ஒலிபெருக்கியில் உபதேசியார் செய்யும் பிரார்த்தனை கேட்டபடி இருந்தது. “. . . சமுத்திரத்திலே நல்ல

மீன்பாடு கிடைக்கும் படியாகவும், சமுத்திரத்திலே பயணிக்கிறவர்கள் தாங்கள் நினைத்த கரையை அடையும் படியாகவும், நல்ல மழை பெய்து நாடு செழிக்கும்படியாகவும்…”

தாத்தா கோபத்தில் கத்தினார், “பேரப்புள்ள கேட்டியரா, எங்காலத்துலயும் இப்புடி ஒரு மழைய நான் பாக்கல்ல, வீட்டவிட்டு வெளிய போயி நாலு நாளாச்சி, இந்தப் பேதியில போற உபதேசி, பிராத்தன பண்ணுறத கேட்டியரா. நம்ம வீட்டுல உள்ள பொம்பளயளச் சொல்லனும், சொன்னாலும் கேக்கவா செய்வாள்வ. எந்த நாட்டுலயோ எவனோ எழுதிவச்ச ஜெபங்கள, தமிழ்ப்படுத்தி வாசிக்கிறான்வ. அதுவும் நேரடியாக் கேக்கமாட்டான்வ, வெளிநாட்டுப் புனிதர் அத்தன பேரயும், இங்கருந்தே கொலவ போட்டுக் கூப்புட்டு எங்களுக்காக வேண்டிக் கொள்ளுங்கன்னு கூப்பாடு வைப்பான்வ. நம்ம அப்பன், ஆத்தா, பாட்டன், பூட்டன்னு செத்தவம் அத்தனபேரும் இவன்வளுக்குப் பேயி. அந்தக் காலத்துலயும் மீன் கொடியேத்தி, குமரி ஆத்தாவுக்குத் திருவிழா கொண்டாடுனோம். கொடி மேஸ்திரி, முடி மேஸ்திரியின்னு குடும்பங்க இருந்திச்சி. எல்லாம் போச்சி, இப்ப மஞ்சக் கொடியேத்துறான்வ. அந்தக் கொடியில ரண்டு சாவி இருக்கும். ஒண்ணு பரலோக வாசலத் திறக்குற சாவியாம். இன்னொண்ணு பூலோக வாசலத் திறக்குற சாவியாம். சோபித சுந்தர ரோமை ராஜனுக்கு ஜே ஜே பாடுறான்வ. பூமன்னர் மன்னாதிபர் மதித்திடும் ரோம் ராஜனாம், வத்திக்கானின் வாசனாம், வல்லபம் நிறை நேசனாம்… அந்தக் காலத்துப் பாண்டிய ராஜன், சோழ ராஜனயெல்லாம் மறந்திட்டான்வ. இது எங்க கொண்டுபோய் விடும்ன்னு தெரியில.”

பொங்கி வந்த சிரிப்பை அவனால் அடக்க முடியவில்லை.

“பேரப்புள்ள, சாயங்காலம் கீழூருல ஆத்தாவுக்கு அரிசி மாவு, வாழைப்பழம் வச்சிப் படையல் பண்ணப் பேறேன், வாரியளா?

“ஆத்தான்னா…!”

“நம்ம முத்துமாரி. பாட்டிக்கி அம்மை கண்டு சரியாப் போச்சில்ல, அதுக்குத்தான்.”

“வரேன் தாத்தா.”

❋ ❋ ❋

அன்று வழக்கமான ஞாயிறு காலைப் பூசை முடிந்ததும் ஆலயத்துள் பெரும் கூச்சலாய் இருந்தது. பாடகர் குழுவிலிருந்த ஒரு பெண்ணோடு பாதிரியாருக்குத் தொடர்பு இருப்பதாக

அரசல் புரசலாக ஊரில் வேளம் இருந்தது. வலப்புற குருசங் கோயிலின் குட்டி பீடத்தில், சாந்தம் தவழும் முகத்தோடு இருந்த சகாயமாதாவின் உருவத்தைத் தொட்டு "நான் மது குடிப்பதும் இல்லை, பிறர் மனைவியை நோக்குவதும் இல்லை" எனச் சத்தியம் செய்த ஒருவர்,

"இந்த ஊர்ல பாதிரியாருக்கு ஒரு நீதி, சாமான்யனுக்கு ஒரு நீதியா?" எனக் கேள்வி கேட்டார். அவரது கேள்வியை எதிர்பாராத சிலர், அவரைக் குண்டுகட்டாகத் தூக்கி அங்கிருந்து அப்புறப்படுத்த முயன்றார்கள்.

"இந்த சபையோட பொறுப்பாளர் யாரு, இந்தப் பாதிரியார்தான. அவரையும் மாதா நெஞ்சி மேல, கைவைத்துச் சத்தியம் பண்ணச் சொல்லுங்க" என்று அவர் கத்தினார்.

"உன் ஞான மேய்ப்பர்கள் மேல் குற்றம் சுமத்தாதிருப்பா யாக, அவர்களது அதிகார வரம்பிற்குள் தலையிடாதிருப்பா யாகன்னு சட்டம் இருக்கு" என்றார் ஒரு பெரியவர்.

"அப்ப வேலியே பயிர மேயவிடலாமா?"

"இதுக்குத்தான், இந்த ஊர்க்கட்சிகாரங்கள இந்தச் சபையில சேர்க்கக்கூடாதுன்னு சொல்லுறது.'' அவர் சொல்லி முடித்திருக்கவில்லை, செவுட்டுவாக்கில் அவருக்குப் படாரென அடி விழுந்திருந்தது. ஆலயத்துள் ஒரே தள்ளுமுள்ளு . . .

"நீயா, நானான்னு போட்டுப் பாத்திருலாம்வே."

"நாளைக்கிக் கலகம்."

எந்தப் பிரச்சினைக்கும், மோதிப் பார்த்துவிடுவதே தீர்வு என்பது, அங்கு எழுதப்படாத சட்டமாய் இருந்தது. ஆலயத்திலிருந்தவர்கள் கலைய ஆரம்பித்தார்கள். மத்திம வயதைக் கடந்திருந்த அந்தப் பாதிரியாரின் இதழ்களில் குறுநகை பூத்திருந்ததை அவன் கண்டான். இளம் மனது படபடத்தது. இந்தப் பாதிரியார் நினைத்திருந்தால் கலகத்தைத் தடுத்திருக்கலாமே! அல்லது குற்றத்தை ஒத்துக்கொண்டிருக்கலாம், ஆனால் கண்டிப்பாக ஒத்துக்கொள்ளமாட்டார். பொய்யாகச் சத்தியம் செய்து ஒழுக்கசீலனாகவாவது, தன்னைக் காட்டிக் கொண்டிருக்கலாம், அதுவும் இல்லை. அவர்கள் கலகம் செய்து சீரழியட்டும் என்பதே பாதிரியாரின் எண்ணமாய் இருக்கிறதோ என வருந்தினான்.

மறுநாள் நடந்த கலகத்தில், ஊர்க் கட்சிக்காரர்களும், பாதிரியார் கட்சிக்காரர்களும் கடுமையாக மோதிக் கொண்டார்கள். கலகம் செய்த அனைவருமே கடலோடிகள்,

மெனக்கடன்கள் யாரும் அந்தக் கலகத்தில் கலந்துகொள்ள வில்லை. அவரவர் சார்ந்த கட்சிகளுக்குச் செலவுக்குப் பணம் கொடுத்ததோடு சரி. கலகத்தில், அதிஷ்டவசமாய் கொலை ஏதும் விழவில்லை. ஆனால் வெகுகாலமாக ஒற்றுமையாய் இருந்த ஊர், இரண்டு பட்டுக்கிடந்தது.

ஊரெங்கும் இரும்புத் தொப்பி அணிந்த காவலர்கள் நடமாட்டமாய் இருந்தது. அவர்களுக்கான சாப்பாடு, தங்குமிட வசதிகளை ஊர் நிர்வாகமே செய்துகொடுத்தது. காவலர்களோ, உல்லாசப் பயணம் வந்தது போல் மகிழ்ந்திருந்தார்கள். அவர்கள் பள்ளிக்கூடங்களில் தங்கியிருந்ததால், ஊர் விடுமுறை அறிவிக்கப்பட்டிருந்தது. மக்களோ, காவல் நிலையத்திற்கும், நீதிமன்ற வாய்தாவிற்கும் நடையாய் நடந்தார்கள். நல்ல திருக்கைமீன் தொழில் நடக்கும் நாட்களில் தொழில் கெட்டு, பல குடும்பங்களில் பட்டினி. மக்களின் துயர் குறித்த எந்த அக்கறையும் இல்லாத அந்தப் பாதிரியார், சில மாதங்களில் மறு ஊருக்கு மாறுதலாகிப் போனார்.

7

அந்த ஊரில் குடிக்கும், குடிகாரர்களுக்கும் பஞ்சமில்லை. மாலையானால் குடிகாரர்கள் கும்மாளம் அதிகமாகவே இருக்கும். தெருவுக்குத் தெரு, சண்டை நடக்கும், சில நேரங்களில் அதுவே வெட்டு, குத்து என்று போய் முடியும். பெண்களின் குப்பை கொட்டும் பிரச்சினைகளும், குழாயடிச் சண்டைகளும், கலகங்களில் முடிந்திருக்கின்றன. இந்தச் சண்டைகளெல்லாம் அவனுக்குப் பழகி விட்டிருந்தன. ஆனால் ஒரேயொரு ஆசாமியைப் பார்த்தால் மட்டும் அவனுக்குக் குலை நடுங்கும். அவர் குடிக்காத பகல் வேளைகளில்கூட, அவர் இருக்கும் திசைக்கே அவன் திரும்பமாட்டான். இரவில் ஊரெல்லாம் அடங்கிய பிறகுதான், அவரது ஆட்டம் ஆரம்பமாகும். நடுநிசிவரை அவரது கூக்குரல் தெருக்களில் கேட்டபடியே இருக்கும்.

“மனம் திரும்புங்கள், விழித்துக்கொள்ளுங்கள். நாம், நமது மூதாதையர்களை வணங்கினோம். காத்துக் கடல்ல நமக்கு குமரியும் சந்தனமாரியும் நாச்சியாரம்மனுந்தான் துணை. நம்மிடம் இல்லாத நம்பிக்கையையா இறக்குமதி செய்து கொடுத்துவிட்டார்கள். செம்மறி ஆடுகளைப் போல் இருந்துவிடாதீர்கள். மறுபரிசீலனை செய்யாத நம்பிக்கைகள், நம்மைப் படுகுழியில் தள்ளும். விழிப்படையாதவர்களுக்கோ அய்யோ கேடு. விரியன் பாம்புக் குட்டிகளே, வரப்போகும் சினத்துக்குத் தப்பித்துக் கொள்ள, உங்களுக்கு யாரும் சொல்லித்தர மாட்டாரகள். மனம் திரும்புங்கள். மரியாள், சூசையின் உறவில்தான் இயேசு பிறந்தவர் என்றால் என்ன தவறு நடந்து விடப்போகிறது. ஏன் பரிசுத்த ஆவியை வம்புக்கு இழுக்கிறீர்கள், அல்லேலூயா.”

சில நாட்களில், விடிவெள்ளி எழும்பும் வரைகூட அவரது குரல் கேட்டபடியே இருக்கும். எப்போது படுக்கிறார், தூங்குகிறார் என யாருக்கும் தெரியாது. ஆனால் அதிகாலையில் மீன் பிடிப்பதற்காக அலைவாய்க் கரையில் இறங்கும், முதல் கட்டுமரம் அவருடையதாகத்தான் இருந்தது. ஒருநாள் அவரது புலம்பலை, அவன் உன்னிப்பாகக் கேட்டான். அந்தப் புலம்பலில், ஏதோ ஒரு செய்தி இருப்பதாக அவனுக்குத் தோன்றியது. இரவு வேளைகளில் திகிலூட்டும் வில்லனாய்த் தெரிந்த அந்தக் குடிகாரர், வெகுசீக்கிரமே அவனது மனதில் இடம் பிடித்தார். அவரைச் சந்திப்பதில்தான் அவனுக்குப் பெரும் தயக்கம் இருந்தது, காலம் சமீபிக்கட்டும் எனக் காத்திருந்தான். அந்த நாளும் வந்தது.

அது சாளை மீன்கள் பிடிபடும் காலம். மேற்குப்புறத் தொலைதூர ஊர்களிலிருந்து மிதிவண்டிகளில் மீன்வியாபாரிகள் வந்திருந்தார்கள். அவர்களைக் குட்டைக்காரர்கள் என்று கடற்கரையில் அழைத்தார்கள். மீன்களுக்கு விலை வைக்கும் போது, அவர்கள் புரியாத மொழியில் பேசிக்கொண்டார்கள். குட்டைக்காரர்கள் கத்தோலிக்கர்கள் அல்லர். குமரி, முத்துமாரி, சந்தனமாரி போன்ற முன்னோரை வழிபடும் அவர்கள், அந்தக் காலத்தில் கடற்கரைப் பகுதிகளிலிருந்தே இடம்பெயர்ந்து, சமவெளிப்பகுதியில் மீன்வியாபாரத்திற்காகக் குடியேறியவர்கள்.

கடற்கரையில் நிறையத் தெருநாய்கள் இருந்தன. குரைத்துத் துரத்தும் அவை கண்களில் படாமல் அங்கு வருவது அவனுக்குப் பெரும்பாடாய் இருந்தது. தெருக்களிலோ குவிந்து கிடந்த குப்பையின் நாற்றம். வீடுகளின் முன்னால் தென்னைஓலைத் தட்டிகளில், கருவாடு காயப்போட்டிருந்தார்கள். சில இடங்களில், மீன்களை உப்புக் கண்டமாய் ஊறவைத்திருந்த குழிகளின் நாற்றமும் குமட்டுவதாய் இருந்தது. கடலோரத்தில் ஊர் மெலிஞ்சியார், ஆலயவரி பிரித்தபடி இருந்தார். பெரிய பிரம்புக் கூடையை இருவர் தூக்கிவர, கரைபிடித்த கட்டுமரங்களிலிருந்து சாளை மீன்களைக் கைநிறைய அள்ளிப் போட்டார்கள். மீன்களின் பச்சை வாடை, கருவாட்டு நாற்றத்திலிருந்து முற்றிலும் மாறுபட்டிருந்தது. அவன் தேடிவந்திருந்த குடிகாரர், மீன் எடுத்த குட்டைக்காரர்களிடம் கணக்கு முடித்தபடி இருந்தார். அவரது பூனைக் கண்களும், தடித்த புருவமும், அடர்ந்த மீசையும், விரிந்த மார்பும், நரம்பு தெறிக்கும் கை கால்களும் பயத்தை ஏற்படுத்தின. மனதில் தைரியத்தை வரவழைத்தபடி, அவன் அவர் அருகில் வந்திருந்தான்.

“உங்களோடு பேசணும்.”

“வாங்க மருமகப் புள்ள, முறைக்கு நான் உனது மாமன். பாதிரி மடத்தில் படிக்கப் போனதாகக் கேள்விப்பட்டேன்!”

“திரும்பி வந்துவிட்டேன்.”

“அப்படியா...!”

“...”

“நாங்கள் குமரி வில்லவராயன் வாரிசு. அடுத்தாரைக் காத்தார், கலிங்கராயன், பூபாலராயனும் அதுபோல்தான். மற்றவர்களைப் போல, நாங்கள் எங்கள் குடும்பப் பெயர்களை மாற்றவில்லை. அதனால் இந்தப் பாதிரிகளுக்கு எங்கள் மேல் வன்மம் இருக்கிறது. வெளியே காட்டிக்கொள்ள மாட்டார்கள். என் மனைவியும் குமரிக் கோவிலின் கொடி மேஸ்திரி குடும்பத்துக்காரி.”

“கொடி மேஸ்திரின்னா?”

“குமரிக் கோவிலோட கொடிமரத்துல ஏத்துற, கயிறு செய்து கொடுக்குற குடும்பம். இன்னும் அவங்கதாம் கொடுக்குறாங்க. இந்தா மீன் எடுக்குறாங்களே அவங்க வகையறா.”

“குட்டைக்காரங்களா!”

“அவங்க எல்லாரும் நம்ம அண்ணன், தம்பி, மாமன், மச்சான் உறவு முறை. வேதத்துல வந்ததுனால இந்த உறவு முறையே நமக்கு மறந்துபோச்சி.”

“எதுக்கு இப்படி குடித்துவிட்டு, இரவு பூராவும் கத்திக் கொண்டே இருக்கிறீர்கள்?”

“கடற்கரையில் குடி இன்று, நேற்று வந்ததா, காலகாலமாய்த் தொடர்வதுதானே!”

“...”

“இந்தக் கடலை வெற்றிகொள்ள முடியும்னு நினைக்கிறாயா? ஒருபோதும் முடியாது. ஒவ்வொருநாளும் ஏதோ ஒருவகையில தோல்விதான். ஆனாலும் தொடர்ந்து போராடுறோம்.”

“...”

“சிரமமான தொழிலய்யா. நிலையில்லாத வாழ்க்கை. முடியாது என்று தெரிந்தும் இயற்கையோடு மோதுகிறோம். வெற்றி கொள்ள முடியாத கடல்ல, போராடுறது எங்களுக்குப் பழகிப் போச்சி. கடல்ல தளர்ந்து போகாத நாங்க, நிலத்துல

கால் வச்சதும் தளர்ந்து போறோம். அந்தத் தளர்ச்சியைப் போக்குவதற்காகக் குடிக்கிறேன்."

"..."

"குடித்தால், என்னுள்ளிருக்கும் பூர்வீகவாசி விழித்துக் கொள்கிறான்."

"நீங்கள் என்ன புலம்பித் திரிகிறீர்கள் என்று உங்களுக்குத் தெரியுமா!"

"தெரியாது."

"..."

"என்னால் கட்டுப்படுத்த முடியாத, ஏதோ ஒன்று நடக்கிறது. நான் என்ன புலம்புகிறேன் என்பதை இன்றுவரை நான் அறிய மாட்டேன்."

"அப்படியானால் குடிக்காமலிருக்கலாமே!"

"அது முடியாது."

"ஏன்?"

"குடித்தபின் நான், பரவசமாகிறேன். பழைய காலத்தின் இறைவாக்கினர்போல ஆவதாய் எனக்குள் ஒரு பிரமை ஏற்படுகிறது."

"..."

"அந்தப் பரவசத்தை எக்காரணங் கொண்டும் நான் இழக்க மாட்டேன்."

8

அவன் கல்லூரியில் பொருளாதாரப் படிப்புக்காகச் சேர்ந்திருந்தான். அது ஒரு ஏழை, எளிய மாணவர்கள் தங்கிப் படிக்கும் ஊர்ப்புறத்துக் கல்லூரி; தேரிக் காட்டுக்குள் பனை மரங்களும் உடை மரங்களும் சூழ இருந்தது. வெயில் காலத்தில் காற்றோட்டமாய் விடுதி முற்றத்தில், தன் நண்பர்களோடு அவன் படுத்திருப்பான். பாம்பு, தேள் பயத்தால் அமாவாசை இரவுகள் அவனுக்குப் பிடிப்பதில்லை, எப்போதும் நிலவின் வருகைக்காகக் காத்துக்கிடப்பான். நிலவின் குளிர்ச்சி அவனுக்குப் பிடிக்கும். வானில் சிறிது நேரமே தெரியும் மூன்றாம் பிறையைப் பார்த்துவிட்டாலோ, மகிழ்வில் பூரித்துப் போவான். ஊர்க்கதை, பெண் கதை பேசிக் கும்மாளமிடும் நண்பர்களிடமிருந்து ஒதுங்கித் தனியனாய் நிலவொளியை ரசிப்பான். இந்தப் பிரபஞ்சத்தில் நான் யாரென அவன் மனதிலெழும் கேள்விகளுக்கு விடை தெரியாமல் தவிப்பான். சிந்தனை மயக்கத்திலேயே தூங்கிப் போகிறவனுக்குக் கனவுகள் வந்தன. சிறகு முளைத்த தேவதைகளும் கடற்கன்னிகளும் அந்தக் கனவுகளில் வந்தார்கள். அன்றும் ஒரு கனவு.

'தென் கடல் கோடியில் வில்லவராயன் அரண்மனையின் நிலா முற்றம். அருமை மகளது நாட்டிய அரங்கேற்றம். காற்றில் அசைந்தாடும் பூங்கொடிபோல் மகள் குமரி வளைந்து நெளிந்து தேவதை போல் ஆடுகிறாள். விழிகளால் விரல்களால் அங்க அவயவங்கள் ஒவ்வொன்றாலும் அபிநயம் பிடித்துக் காட்டுகிறாள். மூதாதையர்களின் நடனமான பரத நாட்டியம் அவள் அங்கமெல்லாம் நிறைந்திருந்தது. தந்தைக்கோ தாயில்லாமல் வாழும், மகளுக்கு ஏற்ற மணவாளன் காலகாலத்தில் அமைய வேண்டுமே எனக் கவலை இருந்தது.

குமரியின் திருமணத்தில் பரிசாக அளிப்பதற்காக, ஆணி முத்தால் செய்த மூக்குத்தி ஒன்றைத் தாய்மாமன் கொடிமேஸ்திரி சமீபத்தில் கொண்டுவந்து கொடுத்திருந்தார். அதை எப்போதும் கைகளிலேயே வைத்திருந்தான் வில்லவராயன்.

ஆடி முடித்த மகள் தந்தையருகில் வர, ஏதாவது பரிசளிக்க வேண்டுமே என்ற எண்ணத்தில் மூக்குத்தியை வில்லவராயன் அளிக்க, அவளோ "அதற்கான நேரம் இன்னும் வரவில்லை தந்தையே, எனக்கான கடமை ஒன்று பாக்கியிருக்கிறது, எப்போதும் என் செயல்களில் குறுக்கிடாத தாங்கள், நான் என் கடமையாற்றும் போதும் குறுக்கே வரக்கூடாது" என்றாள். கண்களாலேயே தந்தை ஆமோதிக்க, அரண்மனைக்கு வெளியே பெரும் அரவம். மக்கள் திரளாகக் கூச்சலிட்டபடியே அரண்மனையை நோக்கி வந்தார்கள். மகளோ இதழ்களில் குறுநகை தவழ அந்தப்புரம் சென்றாள்.

"அரசே, கடல் உள்வாங்குகிறது, ஏதோ பெரும் விபரீதம் நடக்கக் காத்திருக்கிறது" என்றார்கள்.

வில்லவராயன் தன் அரண்மனையிலிருந்து வெளிக் கிட்டுத் தென்பக்கம் வந்தால், கடலிருந்த பகுதியெல்லாம் கட்டாந்தரையாகியிருந்தது. தொடுவானில் அலைகள் ஆர்ப்பரிப்பது தெரிகிறது. மக்களும் அச்சத்தில் உறைந்து போயிருந்தார்கள். பகைவரைத் தொடைநடுங்கிப் புறமுதுகிட்டு ஓடச் செய்யும் வில்லவராயனோ, இயற்கையின் செயல் கண்டு பேச்சற்று நின்றிருந்தான். வடதிசை நோக்கி அரசனைப் பார்த்தவாறிருந்த மக்கள், அரண்மனையிலிருந்து வெளிவரும் குமரியைக் கண்டார்கள். "ஆத்தா..." என்று ஆர்ப்பரித்தது கூட்டம். அரசனும் திரும்பினான். வெண்ணாடை உடுத்தி, வெண்பூக்கள் சூடிய குமரி, அவர்களைக் கடந்து தென்திசை நோக்கி நடந்தாள். அவளை மறித்துத் தடுக்க தந்தையாலும் மக்களாலும் முடியவில்லை. அவள் தெய்வீகக் கோலம் பூண்டிருந்தாள்.

ஓங்காரமிட்டபடி வந்த அலைகள், நிலத்தை விழுங்க ஆர்ப்பரித்து வந்தன. கடுவிசையோடு சுழன்றோடிய காற்றால் கருமுகில்கள், கரைந்து மண்ணில் மழையாய் வீழ்ந்தன. குமரியவள் தென்திசை நோக்கியே நடந்தாள். பாறைகளின் மேல் நடந்தாள். அலைகளை நோக்கி ஆர்வமாய் நடந்தாள். என்ன ஆச்சரியம், சீறி வந்த அலைகள், அவள் பாதம் பட்டதுமே அமிழ்ந்து அடங்கின. அவள் கால் பட்டுக் கரைந்தன. ஆயினும் அவள் கடலோடு கலந்தாள். கரையில் மழை வெறித்து வானம்

வெளிவாங்கியது. அவள் கடலோடு கலந்தபோது, தொடுவானில் கதிரவன் எழுந்தான். கெழுகடல் செல்வியென தம் குலமகளைக் குலவையொலித்து வாழ்த்தினர் கரையிலிருந்த மக்கள்.'

※ ※ ※

தேர்வுக்கு முன் படிப்புக்கான விடுமுறையில், அவன் பிறந்த ஊர் செல்லவில்லை. விடுதியில் தங்கியபடி பக்கத்தூர் உணவகங்களில் சாப்பிட்டுக்கொள்ளலாம் என்று நினைத்திருந்தான். ஆத்தாவின் உறவினர் ஒருவரின் ஏற்பாட்டில், அந்த ஊரிலேயே ஒரு வீட்டில் சாப்பாட்டுக்கு ஏற்பாடாகியிருந்தது. உணவு சமைத்துப் பரிமாறிய பெண்ணோ, ஒரு இளம் விதவை. அவளுக்கும் வருமானமாய் இருக்குமே என்றுதான் இந்த ஏற்பாட்டுக்கு ஒத்துக்கொண்டிருந்தான். அவளோ வசீகரத் தோற்றம் கொண்டிருந்தாள். பரிதாப உணர்வில், அவளை ஏறெடுத்துக்கூட அவன் பார்ப்பதில்லை. 'ஒரு பெண்ணை இச்சையோடு நோக்கினால் அது அவளோடு விபச்சாரம் செய்வதற்குச் சமம்' என்று இயேசு சொன்னதாக அவன் விவிலியத்தில் வாசித்திருந்தான்.

உணவு பரிமாறிய வேளைகளில் அவனை அளந்தபடியே இருந்த அவளது கண்களை, ஒருநாள் மதிய உணவு வேளையில் அவனது கண்களும் சந்தித்தன. ஒருவிதமான ஏக்கப் பெருமூச்சு அவளுடமிருந்து வெளியேறுவதை அவன் கண்டான். யாரோடும் அவள் பேசுவதில்லையாம், அவனோடு பேசுவதற்கு மட்டும் அவள் தயாராய் இருந்ததை, அவளது காந்தக் கண்கள் சொல்லின. தாயாரிடம்கூட அவள் அதிகம் பேசுவதில்லை. அவன் சாப்பிட வரும்போதெல்லாம் அவர்களைத் தனியாக விட்டுவிட்டு, கிழவி பேரனோடு வெளியே போய்விடுவாள். வழக்கத்திற்கு மாறாக, அன்று அவன் அவளது கண்களைப் பார்த்தான். அவை வெளிர்நீல நிறத்திலிருந்தன. சுண்டியிழுக்கும் அந்தக் காந்தக் கண்களின் பிடியிலிருந்து, அவனால் தப்ப முடியவில்லை. அவளது பார்வையில் கட்டுண்டு தவித்த வேளையில் அவள் சொன்னாள்.

"உன்னோடு நான் பேச வேண்டும்."

"என்ன பேச வேண்டும்!"

"என் தாயார் அருகிலில்லாதது, எனக்குத் தைரியத்தை தருகிறது."

". . ."

“நீ என்னைச் சகோதரி என்று அழைத்துவிடாதே.”

“. . .”

“தனிமை என்னை வாட்டுகிறது. என் கணவரோ சிறிய வயதிலேயே எங்கள் அன்புக்கு அடையாளமாக என் மகனைத் தந்துவிட்டு மரித்துவிட்டார். என் மகனுக்காக நான் வாழ்ந்தே ஆக வேண்டும். அவரது உறவு ஏற்படாமலேயே இருந்திருந்தால் நான் கன்னியாகவே என் வாழ்நாளைக் கழித்திருக்க முடியும். நாங்கள் மகிழ்வாய் இருந்தது, என் நினைவுகளிலிருந்து அகல மறுக்கிறது.”

“. . .”

“உன்னைச் சந்திக்கும் வரை, உயிரற்ற ஜடம்போல இருந்த என் வாழ்வு, இப்போதெல்லாம் உனக்குச் சாப்பாடு செய்து போடுவதற்காகவே இருக்கிறதோ என்று எண்ணத் தோன்றுகிறது. நீ ரசித்துச் சாப்பிடுவதை நானும் ரசிக்கிறேன். சாப்பிடாமலே என் வயிறு நிறைந்துவிடுகிறது.”

“. . .”

“சமைத்து வைத்துவிட்டு உனக்காகவே காத்திருக்கிறேன். நீ வருவது சிறிது தாமதமானாலும் எனக்குப் பதற்றமாய் இருக்கிறது.”

வெகுநேரம் என்ன பேசுவதென்று தெரியாமல் இருந்த அவன் கண்கள் பனித்திருந்தன. உடலில் உணர்ச்சி பரவுவதை உணர்ந்து, மயக்கத்திலிருந்து விழிப்பது போல் விழித்தான். அவள் முகமோ அவன் முகத்தின் அருகாமையில் இருந்தது. உதடுகளோ இன்னும் நெருக்கமாய் ... கண்களை முழுவதுமாய் திறப்பதற்குப் பயந்தபடி இருந்த அவனுள்ளிருந்து ஒரு குரல் பேசியது, “இளமையில் உணர்ச்சிக்கு இடமளிப்பது தவறு, அது இலக்குகளை இல்லாமலாக்கிவிடும்.”

அவன் எழுந்தான்.

“சாப்பாடு ...” எனப் பதறியவள், ஓடிப்போய் வாசலை மறித்து நின்றாள்.

“உங்கள் நிலை எனக்குப் புரிகிறது. ஆனால் என் நிலையை யோசித்தீர்களா?”

“. . .”

“உங்கள் உணர்ச்சிக் கொந்தளிப்பை என்னிடம் கொட்டினீர்கள், தவறில்லை. உங்களை ஒருபோதும் நான் தவறாக எண்ணமாட்டேன்.”

அவள் கண்களிலோ கண்ணீர் பெருக்கெடுத்திருந்தது. நிற்க முடியாமல் வாசலிலேயே அமர்ந்துவிட்டாள். ஏக்கப் பெருமூச்சு அவளிமிருந்து வெளிப்பட்டது.

"நான் முதலில் இங்கு வந்தபோது, உங்கள் தாயார்தான் எனக்கு உணவு சமைத்துத் தருவார்கள் என நினைத்தேன். அடுப்படி வேலைகளை நீங்கள் கவனித்தபடி இருந்தீர்கள்."

". . ."

"உங்கள் நிலைமையை அறிந்தபோது, பாசம்தான் ஏற்பட்டதே தவிர வேறு எதுவும் இல்லை. ஆனால் இன்று நிலையே வேறு."

". . ."

"ஒரு கணம் நான் என்னை இழந்திருந்தாலும், பெரிய தவறாய் முடிந்திருக்கும்."

". . ."

"குடும்பத்தில் நான் மூத்தவன். எனக்குக் கடமைகள் இருக்கிறது. படிப்பு இப்போதுதான் ஆரம்பமாகி இருக்கின்றன."

". . ."

"நீங்கள் என்னைவிட மூத்தவளாய்க்கூட இருக்கலாம். உங்களைப்போல மனைவி வாய்ப்பது பெரிய பாக்கியமாய் இருக்கலாம்..."

". . ."

"அதற்கான காலம் இதுவல்ல. ஒருநொடி சுகத்துக்காக, வாழ்வு இழந்தவர்களை எனக்குத் தெரியும். நானும் படித்து முடிக்கிறேன். வேலை தேடிக்கொள்கிறேன்..."

". . ."

"உணர்ச்சிகள் தூண்டப்பட்ட இதே மனநிலையில், என்னால் இனி இங்கு சாப்பிட வர முடியாது."

". . ."

"நீங்கள் தவறாக எண்ண வேண்டாம். உங்கள் மேல் எனக்கு அன்பு இருக்கிறது. அந்த அன்புக்கு வலிமை இருந்தால், அது என்னை உங்களிடம் திரும்பவும் அழைத்துவரலாம்..."

". . ."

"இங்கு நடந்ததை, நீங்கள் மறந்துவிடுங்கள். நானும் மறக்க முயலுகிறேன். நமக்குள் நடந்தது நம்மோடே இருக்கட்டும்."

யாத்திரை

அவள் முந்தானையால் கண்ணீரைத் துடைத்தாள். முகத்தில் பதற்றம் அகன்று, தெளிவு தெரிந்தது. வெளியே அவள் தாயாரும், மகனும் வீட்டை நெருங்கிவரும் அரவம் கேட்டது. வாசலில் வழி விட்டு அமர்ந்தாள். வீட்டை விட்டு வெளியே வந்த அவனது மனதோ, வியாகுலத்தால் நிறைந்து வழிந்தது. இழக்கக்கூடாத எதையோ இழந்தது போலிருந்தது. அது பாசமா, கருணையா, இரக்கமா, காதலா? எதுவெனப் புரியவில்லை.

9

அவனது ஊரில் அப்போது இருந்த பாதிரியார், ஞாயிற்றுக் கிழமையானால் மறையுரை என்ற பெயரில் இரண்டு மணிநேரத்துக்குக் குறையாமல் பேசினார், இறப்பதனால் வாழ்க்கை மாறுபடுகிறதே அன்றி அழிக்கப்படுவதில்லை என்றார். அழிந்து போகும் இந்த மண்ணுலகில் பணம், பொருள் சேர்த்துவைக்கிறீர்கள், அப்படிச் செய்யாதீர்கள். நித்திய வாழ்வு தரும் விண்ணுலகில் சேமித்து வையுங்கள் என்றார். மக்கள் விசும்பும் அளவுக்கு அவரது பேச்சு இருந்தது. ஊரில் வாலிபர்களுக்கு அவரைக் கண்டாலே ஆகாது. காரணம், இளம் பெண்களை அழைத்து ஜெபிக்கக் கற்றுத் தருகிறேன், பாடச் சொல்லித் தருகிறேன் என அவர் பொழுது போக்கியது வாலிபர்களுக்குப் பிடிக்கவில்லை.

அவரது நடவடிக்கைகளைக் கண்காணிக்க ஆரம்பித்தார்கள் வாலிபர்கள். வாரம் தவறாமல் திங்கள் கிழமையானால், பூசை காரியங்களை முடித்துவிட்டு அவசர அவசரமாகக் கிளம்புகிறாரே என்னவென்று பார்க்கப் பின்தொடர்ந்திருந்தார்கள். போய்ப் பார்த்த பிறகுதான், அவர் பக்கத்து ஊர் வங்கிக்குப் போய்வருவது தெரிந்தது. அன்று அவருக்குப் போதாத காலம், வங்கி வேலையை முடித்துவிட்டு அவசர கதியில் வெளியே வரும்வேளை, வங்கிக் கணக்குப் புத்தகத்தை அங்கியின் பைக்குள் போடுகிறோம் என்ற நினைப்பில் கீழே போட்டுவிட்டாராம். இளசுகள் புத்தகத்தை எடுத்துப் பார்த்தால், சேமிப்புத் தொகை பத்து லட்சங்களைத் தாண்டி இருந்ததாம். இத்தனைக்கும் பாதிரியார், அந்த ஊருக்கு மாற்றலாகி வந்து ஆறுமாதங்கள் கூட ஆகியிருக்கவில்லை. சேவை செய்யும் இவருக்கு எப்படி இவ்வளவு வருமானம்? எல்லாமே பங்கு மக்கள் செலுத்தும் காணிக்கைப்

பணம். விசாரித்ததில், முன்பு பணியிலிருந்த ஊர்களில், பல தொடுப்புகள், அவர்களுக்கான பராமரிப்புச் செலவுகள். இந்தச் சம்பவம் நடந்த ஒருசில நாட்களுக்குள்ளாகவே, முன்னிரவில் ஊர் அடங்கிய பின் பாதிரியார் பங்களாப் பக்கம் பெண்களின் சண்டைச் சத்தம். என்னவென்று பார்க்க ஓடிவந்திருந்த வாலிபப் பயல்களின் பின்னால் அவனும் வந்து, ஒதுங்கி நின்றபடியே நடப்பதை வேடிக்கை பார்த்தான்.

"உனக்குத்தான் எங்க ஊர்ல இருக்கும்போதே படியளந்தாரே, இன்னும் எதுக்கு இங்க வார."

"இது எனக்கும் அவருக்கும் உள்ள பிரச்சன அதுல நீ எதுக்குத் தலயிடுற."

"ஓ. . . நீதாம் பழைய சக்களத்தியா! எங்க ஊர்ல இருந்து மாற்றலாகி இங்க வந்தப்ப, இங்க சம்பாதிக்கிறதெல்லாம் எனக்குன்னு சொன்னாரு. இப்பன்னா பங்குக்கு நீ வேற வந்து நிக்கிற."

"அவருக்குப் பெறந்த ஒரு கொமர வச்சிகிட்டு நா படுற வேதன எனக்குத்தான் தெரியும்."

"அதெப்புடி மூணு வருசத்துல புள்ள பெத்து அதுக்குக் கலியாணமும் எடுத்திருவியா!"

"அது அவரு, இளம் வயசுல உதவிப் பாதிரியா எங்க ஊருக்கு வந்தப்பவே உருவானது."

பாதிரியார் பங்களாவின் வாசல் கதவு திறக்கும் சத்தம் கேட்க, அதுவரை அந்த வெளியூர்ப் பெண்களின் சண்டையைக் கவனித்தபடியிருந்த வாலிபப் பயல்கள் ஒதுங்கி நின்றார்கள்.

"எலேய், பாதிரி எமகாத சூரனா இருப்பாருபோல . . ."

"இதுக்குத்தான் அக்கா, தங்கச்சியள கோவில் பக்கம் அனுப்பாதைங்கன்னு நம்ம பெருசு சொல்லிச்சி."

"அதுனாலதான் பெரியவர் இறந்தப்ப, கல்லறையில இடம் குடுக்க அந்தப்பாடு படுத்துனானா இந்தப் பாதிரி. அப்ப அடுத்த ஊருக்கு இவரு மாறுதலாகிப் போனா, இங்க உள்ள வண்டவாளம் அத்தனையும் தண்டவாளத்துல ஏறும். ஊருக்குப் புரிஞ்சாச் சரி."

"என்னல ஊரு, நம்மதாம் ஊர்."

அவனோ வேப்ப மரத்தடியில் வந்துநின்று, மரத்தில் சாய்ந்தபடியே சிந்தனை வயப்பட்டிருந்தான். 'இரண்டாயிரம்

ஆண்டுகளுக்கு முன்னால் வாழ்ந்ததாகச் சொல்லப்படும் இயேசு, பாலியல் ஆசையைத் துறந்துவிடுங்கள் என்று சொன்னதாக மறைநூலில் இல்லையே. துறவறம் என்ற வார்த்தையோ அதன் பணி பற்றியோகூட அவர் குறிப்பிடவில்லையே. என்னைப் பின்செல்லுங்கள் என்று சொன்னார். பெண்களை மதித்து, இருப்பதைப் பங்கிட்டு, சமத்துவ சமூகமாக வாழுங்கள் என்றும் சொன்னார். இல்லாத விண்ணுலக வாழ்வில் சேமியுங்கள் என்று அவர் எப்படிச் சொல்லியிருக்க முடியும். நான் ரத்தமும் சதையுமாக, மனதும் அதன் சிந்தனையுமாக, மூளையும் அதன் அறிதிறனுமாக, இதயமும் அதன் கருணையுமாக இல்லாத இறந்த, மறுஉலக வாழ்வில் எப்படி பேறு பெற்றவனாவேன்? அந்தப் பெரும் பேற்றை எப்படி உணர்வேன்?"

❋ ❋ ❋

முதுகலைக் கல்லூரிப் படிப்பின் இறுதி நாட்களில் அவனது பாடத்திட்டத்தின் அங்கமாக ஆய்வு செய்யவேண்டி வந்தது. அவன் பிறந்திருந்த கடற்கரையூரின் வாழ்வையே, ஆய்வுக்காகத் தேர்ந்துகொண்டான். அது இயல்பாகவே நடந்திருந்தது. நூல்நிலையங்களில் ஏறி இறங்கினான், மேலைக் கடற்கரை வாழ்வியல் பற்றிச் சில ஆய்வுகளும், வடமேற்கில் சில ஆய்வுகளுமே கடலோர வாழ்வு குறித்துச் செய்யப்பட்டிருந்தன. இலக்கியங்களிலும் மேலோட்டமான சில பதிவுகளே அவனது கண்களில் பட்டன. கடலோர மக்களின் வாழ்வியல் தேவைக் கேற்பப் பதிவு பெறாமலிருந்தது அவனுக்கு ஏமாற்றமாய் இருந்தது. பதிவு பெறாத மக்களின் வாழ்வு எப்படி மேம்படும், அவர்களது வாழ்வாதாரங்கள் எப்படிப் பாதுகாக்கப்படும் என்ற விடை தெரியாத கேள்விகள் அவனுள் எழுந்தபடியே இருந்தன.

ஆய்வுக்கான கேள்விகளைத் தயார் செய்தபடி களத்துக்குள் வந்தால் உண்மை, அதிர வைப்பதாய் இருந்தது. கடலடி அதிகமான அந்த ஊரில், விதவைகள் அதிகமாய் இருந்தார்கள். வருமானம் ஈட்டும் குடும்பத் தலைவனைப் பறிகொடுத்துவிட்டுத் தவிக்கும் குடும்பங்கள், அவனைப் பதைபதைக்க வைத்தன. கடலிலும் விதவிதமான மரணங்கள். காணாமல் போனவர்கள். அவர்களைப் பற்றி எந்த அக்கறையும் இல்லாத அரசாங்கங்கள். கட்டுமரம் சார்ந்தும், மீன்பிடி வலைகள் சார்ந்தும் மாறிவரும் தொழில்நுட்பம் அவர்களைக் கடனாளிகளாய் மாற்றியிருந்தது. மீன்களுக்கு ஆதார விலை இல்லை என்பது மட்டுமல்லாமல், அதன் விற்பனை உள்ளூர் லேவாதேவிகளின் கைகளுக்கும் மாறி யிருந்தது. அவர்களோ சொந்த உறவுகளையே கொள்ளையிட்டபடி இருந்தார்கள்.

வறுமையின் சக்கர வளையத்துள் மாட்டி அவர்கள் அவதிப்படுவது, அவனை நிம்மதி இழக்கச் செய்தது. பிறப்பிலிருந்து, இறப்புவரை கொண்டாட்டங்களுக்கு மட்டும் குறைவில்லாமலிருந்தது. அவர்கள் அந்தக் கொடிய பொருளாதாரச் சக்கர வளையத்துக்குள் சிக்கிச் சீரழிவதைப் பாதிரிகள் வேடிக்கை பார்த்தபடியே இருந்தார்கள். பாதிரியார்களின் கவனமெல்லாம், மக்கள் கொடுக்கும் காணிக்கைகளிலேயே இருந்தது. சமூக ஆய்வில் தான் கண்ட சில பிரச்சினைகள் குறித்து அக்காவோடு பேசினான். அவளுக்கோ அது குறித்து எந்தத் தெளிவும் இல்லை. ஆனால் வழக்கம் போலவே அவள், அவனுக்கு புனித பிரான்சிஸ் அசிசியாரின் வாழ்க்கையை அறிமுகம் செய்தாள். பெரிய செல்வந்தர் குடும்பத்தில் பிறந்திருந்தாலும் ஏழை, எளியவர்களின் மீது பரிவோடு இருந்தார் அசிசி. இயற்கையோடு இயைந்த வாழ்வில் அவர் இறைவனைக் கண்டு இன்புற்றார்.

"இறைவா, என்னை உமது அமைதியின் கருவியாக்கும்; எங்கு பகைமை நிறைந்துள்ளதோ அங்கு அன்பையும், எங்கு கயமை நிறைந்துள்ளதோ அங்கு மன்னிப்பையும், எங்கு ஐயம் நிறைந்துள்ளதோ அங்கு விசுவாசத்தையும், எங்கு அவநம்பிக்கை நிறைந்துள்ளதோ அங்கு நம்பிக்கையையும், எங்கு இருள் சூழ்ந்துள்ளதோ அங்கு ஒளியையும், எங்கு மனக்கவலை உள்ளதோ அங்கு அகமகிழ்வையும் விதைத்திட அருள்புரியும். என் இறைவா, ஆறுதல் பெறுவதைவிட ஆறுதல் அளிக்கவும், புரிந்துகொள்ளப் படுவதைவிட பிறரைப் புரிந்துகொள்ளவும், அன்பு செய்யப்படுவதைவிடப் பிறரை அன்பு செய்யவும் வரமருள்வாய்."

மற்ற எந்தப் புனிதரைக் காட்டிலும் அசிசி அவனை நெருங்கியதற்கு, அவரது இந்த ஜெபமே காரணமானது. பசுமரத்தாணியாய் பதிந்துபோன இந்த ஜெபம், அவனுக்கே அவனுக்கானது போல் இருந்தது. நேரம் கிடைக்கும் போதெல்லாம், அவன் இந்த ஜெபத்தைத் தியானித்தான். இந்த மக்களுக்காகத் தான் ஏதாவது செய்தே ஆக வேண்டும் என்ற எண்ணம் அவன் மனதுள் தொடர்ந்து எழுந்தபடியே இருந்தது. கல்லூரி விடுமுறைகளில், அவன் கடலோடி நண்பர்களிடம் நேரம் செலவிடுவதை வழக்கமாக்கிக் கொண்டான். கடலோடும் வித்தையில் தனித்துவமான ஆளுமைகளாக அவர்கள் இருந்தார்கள். அவர்களின் கடல்மொழி அவனுக்கு இனிமை யாயும், சுவாரஸ்யமானதாயும் இருந்தது. கடலின் கணியங்கள், வேறுபட்ட நீரோட்டங்கள், சுழன்றடிக்கும் காற்று, பருவகால மாற்றங்கள், அவை கடலில் நிகழ்த்தும் சாகசங்கள், விதவிதமான

மீன்பிடிக் காலங்கள், அவற்றிற்கான வேறுபட்ட வலைகள் என நண்பர்களிடமிருந்து அதிகம் கற்றுக்கொண்டான். வாய்ப்புக் கிடைக்கும் வேளைகளில் அவர்களோடு கடலுக்கு மீன்பிடிக்கவும் சென்று, ஒரு முழுமையான கடலோடியாய் மாறிப்போனான்.

❋ ❋ ❋

வெகுநாள் கழித்து, அவன் பிறந்த ஊர் ஆலயத்துள் வந்திருந்தான். சிறு வயதில் ஜெபித்த, பணி செய்த அதே ஆலயமெங்கும் வண்ண விளக்குகளின் அலங்காரம். ஒலிபெருக்கி, இருக்கை வசதிகள், அது ஒரு சிறிய கடற்கரையூர் ஆலயமா என்று கேட்குமளவுக்கு இருந்தன. பிதாவாகிய சர்வேஸ்வரன் மட்டும், தன் இரு கைகளை விரித்தவாறே காட்சி அளித்தபடியிருந்தார். அவரது பார்வையில் அதே கனிவு. அந்தக் கனிவு அவனை அவரோடு பேசத்துண்டியது. பழைய ஏற்பாட்டில் சோதோமுக்காக ஆபிரகாம், அவரிடம் மன்றாடியதும் அவன் நினைவில் இருந்தது.

“கடலுக்கு தங்கள் முகத்தையும் நிலத்துக்கு தங்கள் முதுகையும், காட்டியபடி இருக்கும் இந்த மக்களைப் பாராமுகமாய் இருப்பீரோ. ஆட்சி அதிகாரத்திடம் இருந்து எந்த உதவியும் இல்லை, பாதிரிகளோ அவர்கள் அறியாமையில் உழல்வதையே விரும்புகிறார்கள். இந்த மக்களிலிருந்து உண்மையான தலைவர்கள் வருவதைப் பாதிரிகள் விரும்புவதில்லை. தொழில் தவிர, மற்ற அனைத்திற்கும் தங்களையே சார்ந்து இருக்குமாறு செய்துவிடுகிறார்கள். அவர்களுக்குப் பக்க வாத்தியமான பாதிரியார் கட்சியோ புதுப் பரிமாணம் பெற்றிருக்கிறது. படிப்பும், உலக அறிவும் அவர்களது நம்பிக்கையை இன்னும் மெருகேற்றுகிறது. நம்பிக்கையின் மாயத் தோற்றத்தில் அவர்கள் ஒவ்வொருவராக இல்லாமலானாலும், அது அவர்களுக்குத் தெரியப்போவது இல்லை. ஆட்டு மந்தைகளைப்போல, அவர்கள் மேய்ப்பவனை நம்புகிறார்களே. உள்ளுணர்ச்சி இல்லாத அவர்களை நிர்வகிக்கத் தேவையான அறிவு, உம் பாதிரிகளுக்கு இருக்கிறது. மாற்றம் என்றால் என்னவென்றே அறியாத மக்கள் வாய்த்தது, உம் பாதிரிகளுக்குக் கொண்டாட்டமாய் இருக்கிறதே. கடல்வருமானத்தில், கடனில் தவித்தாலும், தாராளமாகக் காணிக்கைகள் தருகிறார்களே, ஆலயங்கள் கட்டுகிறார்களே, திருவிழாககளுக்காக வாரி வழங்குகிறார்களே, நீர் பார்த்துகொண்டு என்ன செய்கிறீர்? காணிக்கைகளை உமது பாதிரிகள், கொள்ளையிட்டுச் செல்வதை எப்படி அனுமதிக்கிறீர்?

நெருக்கமாகவும் பகையாகவும் வாழும் இவர்களுக்கு, எந்த வாழ்வியல் முடிவையும் தன்னிச்சையாக எடுக்கும் ஆர்வமில்லாதிருக்கிறது. இவர்களின் எண்ணமெல்லாம்

கடல்மீன்களும், அவற்றைப் பிடிப்பதும் மட்டும்தான். புரிகிறதோ, இல்லையோ உமது பாதிரிகள் நடத்தும் வழிபாடு, பின் கடல் தொழில். ஊரில் ஒவ்வொரு நாளும் ஒரே மாதிரியான நிகழ்வுகள், சண்டைகள் உட்பட. எந்த மாற்றமுமில்லை. பிரச்சினைகள் வரும்போது, அதற்கேற்ப தங்களைத் தகவமைத்துக் கொள்ளும் பக்குவம் தெரியாமல் போனது ஏன் என்ற கேள்வியே இங்கு எழவில்லையே. இவர்கள் வரலாற்றைத் தெரிந்துகொள்வதிலும் ஆர்வமில்லாது இருக்கிறார்களே. ஊரில் குடிக்க நீரில்லை, ஆனால் கோபுரங்கள் எழுந்தபடியே இருக்கின்றனவே. அன்று யூதர்களைப் பாலைவனத்தில் வழிநடத்தி, அவர்களின் மேய்ப்பர்களோடு பேசி உமது இருப்பைக் காண்பித்த அவர்தானே நீர்! அவர்களோ, உமது அதிசய அற்புதங்களை ஒவ்வொரு நாளும் கண்ட பின்னும் உம்மை மறுதலித்தார்களே, இடறல் பட்டுப் பாகாலை வணங்கினார்களே. இங்கு நன்றி விசுவாசத்தில் மாறியிருந்தாலும், உம்மை உருகி உருகிப் பிரார்த்திக்கிறார்களே. இந்த நம்பிக்கைக்குள் இருப்பதால்தானே, தேசத்தின் ஆட்சி அதிகாரம் இவர்களை அகதிகளாய், அந்நியர்களாய்ப் பார்க்கிறது. இவர்கள் உம்மை ஏற்றுக் கொள்ளாமலிருந்திருந்தால், இவர்களுக்கு நலமாய் இருந்திருக்குமோ! புனிதர்களிடம் ஜெபிக்கக் கற்றுத்தந்த உமது பாதிரிகள், ஆட்சி அதிகாரத்திடம் கேள்விகேட்கச் சொல்லித் தரவில்லையே!"

ஜெபித்து முடித்த பின்னும், அவனால் எழுந்திருக்க முடியவில்லை. தளர்ச்சியாய் உணர்ந்தான். ஊரில் மற்றவர்கள் போலல்லாமல், தனக்கு மட்டும் ஏன் இப்படியான எண்ணங்கள் வருகின்றன? தான் கடவுளிடம் இப்படிக் கேள்விகள் கேட்பது சரியா, தவறா? மனதில் தோன்றியதைக் கடவுளோடு பகிர்ந்துகொண்டேன் அவ்வளவுதான் என அவன் நினைத்த வேளையில், அவன் தோள்களை இரு கரங்கள் ஆதரவாய்த் தொட்டன. திரும்பினால், அங்கே இளம் உதவிப் பாதிரி நின்றிருந்தார். அவரது கண்களில் பிதாவாகிய சர்வேஸ்வரனின் கண்களிலிருந்த அதே கனிவு. ஆள் நெடுநெடுவென நல்ல உயரமாக இருந்தார். சாந்தம் தவழும் முகம், அவருக்குச் சொந்தமாய் இருந்தது. வழக்கமான ஆன்மீகப் பணிகளுக்காவே வந்தவரென்றாலும் அவரது செயல்பாடுகள், இயல்பிற்கு மாறாகவே இருப்பதாகவும், அவர் பெரும் படிப்பாளி என்றும் கேள்விப்பட்டிருந்தான்.

"நான் வெகுநேரமாய் இங்கு நின்றிருக்கிறேன். வழிபாடுகளில் கலந்துகொள்ளாத நீ, வழிபாடு இல்லாத நேரங்களில் இங்கு என்ன செய்கிறாய்?"

"நான் பிதாவாகிய சர்வேஸ்வரனோடு பேசியபடி இருந்தேன்."

இளம் பாதிரி முகத்தில் புன்முறுவலின் சாயை. அவன் கையைப் பிடித்தவாறே ஆலயத்திலிருந்து வெளியே வந்தவர், பிரதான வீதி வழியாகக் கடற்கரைக்கு வந்தார். வீதியில் அரசியல் கட்சிகளின் கொடிக் கம்பங்கள் முளைத்திருந்தன. வீட்டுச் சுவர்களில் கட்சிகளின் சின்னங்கள் வரையப்பட்டிருந்தன. கடற்கரையில் ஏலம் நடந்தபடி இருந்தது. ஏலம் எடுத்த உள்ளூர் மெனக்கடன் வியாபாரிகள், தங்களுக்குள்ளேயே பேசிக்கொள்வதும், விலை முடிப்பதுமாய் இருந்தார்கள். வியாபாரிகள் வெளிக்குப் போட்டி போடுவதாய்க் காட்டிக் கொண்டாலும், உள்ளுக்குள் ரகசியமாய்ச் சந்தித்துக் கொண்டார்கள். அவர்களின் சந்திப்பு, அப்பாவி மீனவர்களுக்கு எப்போதும் எதிராகவே இருந்தது. ரத்த உறவைக் காட்டி மக்களை மயக்கி, குறைந்த விலைக்கு மீன்களை எடுத்து ஆடம்பர வாழ்வு வாழ்ந்தார்கள். இருவரும் காலாற நடந்து, கிழக்குப் பக்க மணல் மேட்டை அடைந்திருந்தார்கள். வானில் மேகமூட்டமாய் இருந்ததால், வெய்யில் தெரியவில்லை. கரையில் பட்டறை ஏற்றியிருந்த ஒரு கட்டுமரத்தில் இருவரும் அமர்ந்தார்கள்.

"இந்தப் பங்கு, அதன் நிர்வாகம் எல்லாமே, ரோமப் பேரரசன் காண்ஸ்தந்தின் காலத்திய வடிவமைப்பு. கத்தோலிக்கம் ஒரு அரச மதம் என்பதற்கான அடையாளம்" என்றார் இளம் பாதிரி.

"..."

"சடங்கு வழிபாடுகளில் நாங்கள் அணியும் ஆடைகள் அனைத்தும், ரோமானிய அரச உடைகள். ஆன்மீகம் அல்ல, ஆட்சி செய்யவே வந்தோம் என்பதைச் சொல்லாமல் சொல்லும் உடைகள்."

"..."

"நாமெல்லாம் நம்பி ஏமாந்தவர்கள்."

"அப்படியானால், தச்சன் மகன் இயேசு."

"சரியாகச் சொன்னாய், அவர் தச்சன் மகனேதான். எந்தப் பாரம்பரியமும் பின்னணியும் இல்லாத ஒரு எளிமையான பிறப்பு. ஆதாமிலிருந்து ஆபிரகாம் வரை உள்ள தலைமுறைகள், அதிலிருந்து தாவீது வழியாக சூசைவரை வந்த தலைமுறைக் கணக்குகளெல்லாம், தச்சன் மகனான இயேசு அரச பரம்பரை என்ற பிம்பம் உருவாவதற்காக. யூதர்கள் அவரை இன்றும் தச்சன் மகன் என்றுதான் அழைக்கிறார்கள். புறஜாதியினரோ அவரை தாவீதின் குமாரனே என்று அழைப்பதாக எழுதப்பட்டிருக்கிறது.

அவரோ உருவமே இல்லாத தன் பிரபஞ்சத் தந்தையை, பிதாவே என்று அழைப்பதில்தான் மகிழ்ந்தார். பிறப்பிலே அதிசயம், உயிர்ப்பிலே அதிசயம் என்பதெல்லாமே பின்னாளின் ரோமானியக் கட்டமைப்புகள். அவர் மகத்தான மனிதன், வணங்கப்பட வேண்டியவர் அல்லர், மாறாகப் பின்பற்றப்பட வேண்டியவர்" என்றார்.

"தச்சன் மகன் ஒரு கற்பனைப் பாத்திரம். அவர் வாழ்ந்ததாக, அவர் காலத்திலிருந்த வரலாற்று ஆசிரியர்களின் பதிவுகளில் இல்லை என்கிறார்களே" என அவன் கேட்டான்.

"அவரை வைத்து வாழ நினைத்தவர்களே, அதைத் தேடி அழித்திருக்கலாமே! அப்படிச் செய்வதன் மூலம்தான், உண்மையை மறைத்து அவர்களுக்குத் தேவையான புனைவுகளை உருவாக்க முடியும்."

"..."

"இங்கு கடலோரப் பாண்டியபதிகளின் பூர்வீகத்தை இல்லாமலாக்கினார்களே அதுபோல..."

"..."

"அல்லது மக்களின் மீட்பராகத் தன்னைக் காட்டிக் கொள்ள விழைந்த, காண்ஸ்தந்தீனையே நாம் வழிபட்டபடி இருக்கலாம். யாருக்குத் தெரியும். எல்லாமே சடங்குகளும், சம்பிரதாயமும்தானே!"

"..."

"ஒரு நம்பிக்கைக்கு உள்ளிருந்துதான், அந்த நம்பிக்கையை விமர்சிக்க முடியும்" என்றார்.

"வெளியிலிருந்து விமர்சித்தால்...!"

"அது மதச் சண்டைக்குக் காரணமாகிவிடும். அதைத்தான் நம்பிக்கையின் மேய்ப்பர்களும், அதன் எதிர் நிலைப்பாடு உடையவர்களும் விரும்புவார்கள். சாதாரண மக்கள் சண்டையிட்டு மாய்ந்து போவதால், இருதரப்புக்கும் எந்த இழப்பும் இல்லை. மாறாகத் தங்கள் தத்துவம் வேர்பிடிக்கிறது என்று மகிழ்வார்கள்."

"நம்மவர்களின் பெயருக்குப் பின்னால் வரும் பர்ணான்டோ, டி குருஸ், டி சில்வா, பெரைரா போன்ற அல்குய்ஞுங்களைப் பற்றி என்ன நினைக்கிறீர்கள்?

"அது பெருமைப் படக்கூடிய பட்டமோ, பதவியோ அல்ல. அல்குய்ஞுங்கள் நாம் வீழ்ந்துபோனதன் அடையாளம். நாம்

ஏமாற்றப்பட்டதன் பட்டைய சாசனம். அதைப் பெருமையோடு பெயருக்குப் பின்னால் அணிந்து மகிழ்கிறோம். எங்களைப் போன்ற நம்பிக்கை மேய்ப்பர்களுக்கு, அது பாதுகாப்புக் கவசம். இந்த மக்கள் அவற்றை விரும்பிச் சுமக்கச்சுமக்க எங்கள் பணி எளிதாகிறது."

"..."

"ஒரு காலத்தில் கடல் கடந்து வணிகம் செய்த இவர்களைச் சாதாரண மீனவர்களாய்க் குறுக்கிவிட்டார்கள்."

"விசுவாசம், நம்பிக்கை அவர்களைக் குறுக்கிவிட்டது. ஒருகாலத்தில் வெளிநாட்டவர்கள் நம்பிக்கை மேய்ப்பர்களாய் இருந்தார்கள், ஆனால் இன்றோ உங்களைப் போன்றவர்கள்தானே இருக்கிறீர்கள். வேலியாகிய நீங்களே இந்தப் பயிரை மேய்கிறீர்களே, இது சரியா?"

"தச்சன் மகன் இயேசுவின் போதனைகளை, நாங்கள் எங்களுக்கு ஏற்றார்ப்போல் மாற்றிக்கொள்வோம். அரசின் ஆட்சிப்பணி அலுவலர்கள்போல, இது நம்பிக்கை நிர்வாகம் கொடுத்த பயிற்சி. இறை நம்பிக்கையிலிருக்கும் மக்களை ஆட்சி அதிகாரம் செய்யும் பணி. ஆட்சி, அதிகாரம் போதை தரக்கூடியது."

"இந்த ஏமாற்ற வாழ்வுக்கு விடிவே இல்லையா?"

"மனநிலையில் மாற்றம் வந்தால் விடிவு உண்டு."

"அதற்கு என்ன செய்ய வேண்டும்?"

"யாராவது ஒருவன் வாழ்வைப் பதிவு செய்ய வர வேண்டும்."

"..."

"அந்தச் சூழலில், கலகம் பிறந்து தெளிவு பிறக்கும்."

"நம்மவரின் மத மாற்றம்?"

"அது மத மாற்றமே அல்ல. யுகங்களாய்த் தொடரும் மூதாதையர் வழிபாட்டை அவர்களுக்குச் சாதகமாய் பயன்படுத்திக்கொண்டார்கள், அட்லாண்டிக் கரையோரமிருந்து வந்தவர்கள். நாங்கள் குறிப்பிடும் இவர்களும் வையத்துள் வாழ்வாங்கு வாழ்ந்தவர்கள், அவர்களையும் நீங்கள் வழிபடலாமே என்றார்கள். அதன் உள்ளார்ந்த அரசியல் நம்மவர்க்கு அப்போது தெரியவில்லை."

"இங்கும் வர்ணத்தால் மக்களைப் பிரித்தவர்களின் கைங்கர்யம் இருக்கத்தானே செய்தது!"

"கடற்கரையில் அதன் ஆதிக்கம் காட்டமாக இல்லை."

“அப்படியானால் நாம், நமது மூதாதையர் வழிபாட்டை விட்டு நீங்கியது, உனக்குக் கர்த்தாவான சர்வேஸ்வரன் நாமே நம்மைத் தவிர, வேறு சர்வேஸ்வரன் உனக்கு இல்லாமல் போவதாக என்றது . . .”

“இங்குதான் காண்ஸ்தந்தீனின் கட்டமைக்கப்பட்ட கத்தோலிக்கம் உள்ளே வருகிறது. நமது முன்னோர்கள் இருப்பதோடு இன்னொன்றையும் என்று ஏற்றுக்கொண்ட பக்குவத்துக்குச் சொந்தக்காரர்கள். அடுத்தடுத்த தலைமுறைகளைச் சுற்றி வலுவான கோட்டைச் சுவர்கள் உள்நோக்கத்தோடு கட்டி எழுப்பப்பட்டுத் தனிமைப் படுத்தப்பட்டார்கள். கோட்டை கட்டுவதில் வல்லவர்கள் ரோமப் பேரரசர்கள். கோட்டைச் சுவர் என்பது குறியீடு, வலுவான தொடர்ச்சியான கட்டமைப்பு. பரிசுத்த வேதாகமம், திருவருட்சாதனங்கள், ஜெபம், தவம், திருவிழாக் கொண்டாட்டம், சடங்குகள் எல்லாம். பிறப்பு முதல் இறப்பு வரையில் நீக்கமற நிறைந்திருக்கும் திருவருட்சாதனக் கட்டமைப்பு. நாம் அதைப் பின்தொடர்வதைத் தவிர வேறு வழியே இல்லை.”

அந்த இளம் பாதிரியின் வெளிப்படையான உரையாடல்களில் ஈர்க்கப்பட்ட அவன், தச்சன் மகன் பற்றி இன்னும் அதிகமாக அறிந்துகொள்ளத் துடித்தான். மத்தேயு, மாற்கு, யோவான், லூக்கா போன்றோர் எழுதிய புதிய ஏற்பாட்டுப் புத்தகத்தை மனப் பாடமாய் கற்றுத் தேர்ந்தான். வரிகளுக்கு இடையே வாசித்தான். எது உண்மை, எது பொய்யானவை எனப் புரிந்துகொள்ள முயற்சித்தான். அவர் தச்சன் மகன், கடவுளின் மகனல்ல. கொடுமை கண்டு பொங்கி, எளிமை கண்டு இரங்கிய பெரும் போராளி எனப் புரிந்தது. விவிலியத்தின் பழைய ஏற்பாட்டில், ஆபிரகாம், நோவா, தாவீது, சாலமோன், சாமுவேல், மோசஸ், ஜோசுவா போன்றோரின் கதைகள் அவனுக்குப் பிடித்திருந்தன. எலியா, ஏசாயா போன்ற இறைவாக்கினரும் அவனை நெருங்கி வந்தார்கள். ஆனால், பவுலையும், அவர் எழுதிய திருமுகங்களையும் அவனுக்குப் பிடிக்கவில்லை.

* * *

அவன் ஆயலத்துள் வந்திருந்தான். சிறுவயது முதலே, எத்தனையோ முறை அவன் பிறந்த ஊர் ஆலயத்துள் வந்திருக்கிறான். அறியாப் பருவத்து வேண்டுதல்களுக்காக, அன்றாட வழிபாடுகளுக்காக, பெற்றோரை மகிழ்விப்பதற்காக, ஊர் பார்த்து மெச்சுவதற்காக, பிதாவாகிய சர்வேஸ்வரனிடம் கேள்விகள் கேட்பதற்காக எனப் பலமுறை வந்திருக்கிறான்.

இந்த முறை முற்றிலும் மாறுபட்ட ஒரு செயலுக்காக, அவன் வந்திருந்தான். பீடத்து முன்னால் இருந்த கிராதியிலேயே அவன் முழங்கால் படியிட்டிருந்தான். அவனது பார்வை பிதாவாகிய சர்வேஸ்வரன் மேலேயே இருந்தது. அவரை உற்றுப்பார்த்தபடி இருந்தான். அவனது கண்கள் நன்றிப் பெருக்கால் பனித்திருந்தன.

"எத்தனையோ காரியங்களுக்காக நான் வந்திருக்கிறேன், ஆனால் இன்று நன்றி சொல்வதற்காக வந்திருக்கிறேன். தச்சன் மகன், உம்மைப் பிதாவே என்று அழைத்தது வீண் போகவில்லை. அவர் உண்மையிலேயே சுதனாகிய சர்வேஸ்வரன்தான். அந்த அந்தஸ்திற்கு நீர், அவரை உயர்த்தியதற்காக உமக்கு நன்றி. ஒரு எளியவனுக்குக் கிடைத்த அங்கீகாரம், மாட்டுத் தொழுவத்தில் பிறந்தவனுக்குக் கிடைத்த அங்கீகாரம், தச்சன் மகனுக்குக் கிடைத்த அங்கீகாரம்.

அவர் மாமனிதன் என்பதில் எந்த ஐயமுமில்லை. உம்மைப் பிதாவே என்று அழைக்க முற்றிலும் தகுதியானவருக்கே நீர் அங்கீகாரம் அளித்திருக்கிறீர். இறையரசின் ஆற்றலை அந்த மாமனிதர் அறிந்திருந்தார், அதனால்தான் தன்னைப் பின்தொடர்ந்த கூட்ட நெரிசலிலும், அவரது ஆடையின் விளிம்பையாகிலும் தொட்டால் குணமாவேன் என்று விசுவாசத்தோடு தொட்ட பெரும்பாடுடைய பெண்ணை அவரால் அடையாளம் காண முடிந்தது. 'யார் என்னைத் தொட்டது, என்னிடமிருந்து ஆற்றல் வெளிப்பட்டதை உணர்ந்தேன்' என்கிறார். இதனாலேயே 'என் பிதா என்னோடும், நான் அவருள்ளும் இருக்கிறேன்' என்று ஆணித்தரமாக அவரால் சொல்லமுடிகிறது. 'குழந்தைகளை என்னிடம் வரவிடுங்கள் இறையரசு அவர்களது' என்பது சமூக, பொருளாதாரக் கறை படாமல் இருக்கும் இளையவர்களின் தூய்மையான மனது என்பது அவருக்குத் தெரிந்திருந்தது.

அடிப்படைவாத யூத மதம் என்ற பெரும் விருட்சத்தின் அடியில், கூர்தீட்டி உம்மால் காலம் கருதி வைக்கப்பட்ட கோடரிதான் தச்சன் மகன். அவர் சாதுவானவர் அல்லர். அன்றைய அறம் பிறழ் வாழ்வில் கோபம் கொண்டு கொப்பளித்த மாமனிதம். 'உங்களில் எவனொருவன் பாவம் செய்யாதவனோ, அவன் இந்தப் பெண்மீது, தன் முதற் கல்லை வீசட்டும். மருத்துவன் நோயற்றவருக்கன்றி, நோயுற்றவருக்கே தேவை. என் பிதாவின் கட்டளைகளை நிறைவேற்றவே வந்தேன். நான் உனக்குச் சொல்கிறேன் உன் பாவங்கள் மன்னிக்கப்பட்டன, உன் படுக்கையை எடுத்துக்கொண்டு நட' ஆணித்தரமான வார்த்தைப் பிரயோகங்கள் அவருடையவை. இன்றைக்கு

இரண்டாயிரம் ஆண்டுகளுக்கு முன்பே, பெண் உரிமை பற்றிப் பேசி அதைச் செயலிலும் செய்து மகிழ்ந்திருக்கிறார். என் தந்தையின் ஆலயத்தை வியாபாரிகளின் கூடாரமாய் மாற்றிவிட்டீர்களே என்றபடி அவர்களை அடித்து விரட்டியது, ஒரு போராளியின் இயல்பான கோபம். இன்றுவரை எங்களில் ஒருவருக்கும் அப்படியான கோபம் வரவில்லையே.

அவருக்கு ஏற்பட்டிருந்த விசுவாசத்தில், நம்பிக்கையில் கடுகளவுகூட எங்களில் ஒருவருக்கும் இன்னும் ஏற்பட வில்லையே. அவரைச் சிலுவையில் அறைந்து கொன்றதற்காக நானும் இன்று மன்னிப்புக் கேட்கிறேன். ஆனால் பிதாவே கூடுமானால், கலங்க வைக்கும் இந்தப் பாத்திரம் என்னை விட்டு நீங்குவதாக என ஜெத்சமனித் தோட்டத்தில் புலம்பினாரே, ஏன் அவர்மேல் பாரா முகமாய் இருந்தீர்? தன்னைக் கொன்றவர்களுக்காகவும் இறக்கும் தருவாயிலும் உம்மிடம் பரிந்து பேசினாரே! அவரைப் பின்தொடர முயற்சிக்கிறேன். ஒருபோதும் என்னை, அந்தகாரம் சூழும்படி விட்டு விடாதேயும். நான் ரத்தமும், சதையும், அதன் உணர்வும், உணர்ச்சிகளுக்கும் கட்டுப்பட்ட மனிதன். சோதனைகளில் என்னைத் தவிக்க விடாதேயும். எப்போதும் என் உள்ளிருந்து, ஒரு குரல் பேசுவது எனக்குக் கேட்கும். சில வேளைகளில், சூழலின் மயக்கத்தில் அதை நான் கண்டுகொள்வதில்லை. அதற்காகவும் இப்போது மன்னிப்புக் கேட்கிறேன்."

10

அவன் வேலைதேடி அந்த நாட்டின் தலைநகருக்கு வந்து, ஒரு வருடத்திற்கு மேல் ஆகியிருந்தது. அந்த நாட்டில் அப்போது, வேலையில்லாத் திண்டாட்டம் தலைவிரித்தாடிய நேரம். ஆய்வுக்காகப் பதிவு செய்து பணியாற்றியதோ, முடிவில்லாமல் தொடர்ந்தபடி இருந்தது. நகரில் அன்றாட வாழ்வும் சிக்கலுக்குள்ளானது. ஆத்தாவிடமும் பணம் கேட்டுத் தொந்தரவு செய்ய அவன் விரும்பவில்லை. ஆர்வமாய்க் கலந்துகொண்ட அல்லேலூயாக் கூட்டங்களும், பெரும்பாலும் மனநிம்மதியைக் கெடுத்தன. அந்தச் சூழலில் ஏற்பட்டிருந்த நண்பர் கூட்டமும், அதன் புரட்சிகர உரையாடல்களும்தான் அவனுக்கான ஒரே ஆறுதலாய் இருந்தது.

கத்தோலிக்கப் பாதிரிகளால், புனிதர்களாக்கப் பட்டிருந்த அரிஸ்டாட்டில், பிளேட்டோ தொடங்கி, பிரான்சிஸ் பேக்கன், டெகார்ட்டே, ஸ்பினோசா, லைப்பினிஸ், பெர்க்லி, காண்ட், ஹெகல், மார்க்ஸ், ஏங்கல்ஸ் போன்ற தத்துவவாதிகள் குறித்து அவர்கள் உரையாடினார்கள். மற்ற எல்லா தத்துவ ஞானிகளையும் விட மார்க்ஸ் என்ற மகாஞானியே அவனுக்கு மிகவும் நெருக்கமானார். அவர் தியாக வாழ்வு வாழ்ந்து, வாழ்வின் தரிசனங்களைப் பெற்றிருந்தார். தான் பெற்றிருந்த தரிசனத்தை அவர் தலைமுறைகளுக்குக் கடத்தினார். அவருக்கு எப்போதும் இடைவிடாத சிந்தனை. உலகத் தொழிலாளர்கள் பற்றிச் சிந்தித்த முதல் மனிதன் மார்க்ஸ். அதனாலேயே தன் முத்தாய்ப்புப் படைப்பான 'மூலதன'த்தை அவரால், உலகுக்குத் தர முடிந்திருந்தது. உற்பத்திக் காரணிகள் நிலம், உழைப்பாளி, முதலீடு, நிர்வாகம் எனப் பல உண்டு. ஒவ்வொன்றும் அதன் பங்களிப்புக்கு ஏற்ப பலனைப் பெற்றுக்கொண்டால், இரண்டாயிரம்

ஆண்டுகளுக்கு முன்னால், தச்சன் மகன் சொல்லிவிட்டுப் போயிருந்த சமத்துவ சமுதாயம் நின்று நிலைபெற்றிருக்குமே!

மற்ற உற்பத்தியின் காரணிகளைப் போலல்லாது, உழைப்பாளியிடம்தான் ஜீவன் இருந்தது. படைப்பின் அதிசயமான அவனைத்தான் வியாபாரப் பொருளாதாரம் ஏமாற்றியது. உற்பத்தியின் அஸ்திவாரமான அவன் தொடர்ந்து ஏமாற்றப்பட்டான் என்பதைத்தான் உலக அளவில் இன்று விஸ்வரூபம் எடுத்திருக்கும் ஏற்றத்தாழ்வுகள் காட்டுகின்றன. அவனது உபரி உழைப்பே மூலதனம் என்று ஆதாரங்களோடு நிரூபித்திருந்தார் அந்த மகான். அவரை அவனுக்கு மிகவும் பிடித்திருந்தது.

காலம், மொழி, இடம் கடந்து அவரது படைப்புகளோடு அவன் உரையாடியபடியே இருந்தான். அவர் முன்வைத்த தத்துவம் தீர்வுக்கானது அல்ல, ஆனால் எக்காலத்துக்குமான தீர்வை நோக்கிப் பயணிக்க வைப்பது என்ற புரிதல் அவனுக்கு ஏற்பட்டிருந்தது. அந்த மகானை முழுவதும் அறியாமலேயே தூக்கிக் கொண்டாடியவர்கள், தாங்கள் பிரபலமடைவதற்காகவே அதைச் செய்தார்கள் என்பதும் அவனுக்குத் தெரியும். தன் வாழ்வையே பணயம் வைத்து, உறவுகளை இழந்து அந்த மகான் உருவாக்கிய ரஸவாதம், அதற்கான பலனை இன்று பல்வேறு தேசங்களில் அடைகிறது. அதீதப் பயன்பாட்டில் சில இடங்களில் தோற்றாலும், அந்தந்த நிலப்பரப்பின் வாழ்சூழலுக்கு ஏற்ப தன்னைச் செப்பனிட்டும் பலனளிக்கிறது. மேற்கிலும் கிழக்கிலும் அது நிரூபிக்கப்பட்டதை அவன் கண்கூடாகக் கண்டான். தன் தனிப்பட்ட வாழ்விலும், சமூக வாழ்விலும் மார்க்ஸின் தத்துவங்கள் பயனுள்ளதாய் இருக்கும் என உறுதியாய் நம்பினான்.

அவன் ஆசையாசையாய் முயற்சி செய்த அத்தனை அரசுப் பணிகளும், அரசியல் தலையீடுகளால் அங்கு இல்லாமலாகியிருந்தன. அரசியல் பிரதிநிதித்துவம் இல்லாத ஒரு சமுகத்தின் பிள்ளையாய் அவன் தொடர் தோல்வி களில் துவண்டுபோய் இருந்தான். அரசியல் புறக்கணிப்பு ஒருபுறமென்றால், கழுத்தை இறுக்கி நெருக்கும் சந்தைக் கலாச்சாரம் மறுபுறமெனக் கடலோர வாழ்வு சீரழிந்தபடி இருந்தது. கத்தோலிக்கமோ சீரழிவை வேடிக்கை பார்த்தபடி இருந்ததோடு நம்பிக்கைசார் கொண்டாட்டங்களை ஊக்கப்படுத்தியபடியே இருந்தது. இது கடலோரச் சமூகங்கள் மேலான, மும்முனைத் தாக்குதல். எது பலவீனமோ, அந்த பலவீனத்தையே சமூகத்தின் பலமாய் மாற்ற என்ன செய்யலாம் என்ற சிந்தனை அவனுக்கு இருந்தாலும்,

பொருளாதாரப் பலமின்றி நிர்க்கதியாய் நிற்கும் தன்னால், இப்போதைக்கு என்ன செய்துவிட முடியும் என்பதுதான் புரியவில்லை.

அந்த நகரின் வரப்பிரசாதமான கடற்கரையில் காலார நடந்தான். அவனுக்குப் பிடித்தமான கச்சான் காற்று, தென்றலாய் உடல் தழுவியபடி இருந்தது. அதை ரசிக்கும் மனநிலையில் அவன் இல்லை. உள்ளத்துள் பெரும் போராட்டமாய் இருந்தது. சிறுவயது முதலான வாழ்க்கை, அவன் மனக்கண் முன் வந்துபோனது. பிறந்த ஊரின் வேப்ப மரத்தை, சக்ரீஸ்தரை, சந்நியாசியை, அக்காவை, இளம் பாதிரியை நினைத்து ஏங்கினான். தான் பிதாவாகிய சர்வேஸ்வரனின் அன்பு எல்லைக்கு, வெளியே சென்றுவிட்டதான உறுத்தல் அவனுக்கு இருந்தது. கையில் இருந்த பணமும் தீர்ந்து விட்டிருந்ததால், கடற்கரையிலிருந்து நடந்தே தங்கும் விடுதி வந்து சேர்ந்திருந்தான். மேஜையில் இரவுப் பணிக்காகச் சென்றிருந்த அறைத் தோழன், குடித்துவிட்டு மீதம் வைத்திருந்த எச்சில் பால் இருந்தது. பசியில் அந்தப் பாலை எடுத்துக் குடிப்பதைத் தவிர வேறு வழியில்லை. எந்தத் தயக்கமுமில்லாமல் பாலைக் குடித்துவிட்டுப் படுக்கையில் சாய்ந்தான். அசதியில் தூங்கினான். தூக்கத்தில் கனவு.

'பிறந்த ஊர் ஆலயத்துப் பீடத்தின் மேற்புறச் சுவற்றில் பார்த்திருந்த சம்மனசுகளில் ஒன்று கடற்கரையில் நுரைப் பூக்கள் மத்தியில் நின்றிருந்தது. அதற்கு இறக்கைகள் முளைத்திருந்தன. அது கரையில் கிடந்த சிப்பி ஒன்றை எடுத்துக் கடல்நீரைக் கோரி, ஒரு மணற்குழியில் ஊற்றியபடியே இருந்தது. குழியும் நிறைவதாய் இல்லை, சம்மனசும் விடுவதாய் இல்லை. அந்தச் சம்மனசுக்கு அவனை அடையாளம் தெரிந்து புன்னகைத்தது. அவனும் பதிலுக்குப் புன்னகைத்தான்.

"கடல்நீரை எடுத்து மணற்குழியில் ஊற்றுகிறாய்!"

அதனிடம் பேச்சில்லை, புன்னகையோடே திரும்பவும் கடல்நீரை மணற்குழியில் ஊற்றியது.

"நான் உன்னைத்தான் கேட்கிறேன்."

"கடல்நீரை வற்றச் செய்யப் போகிறேன்."

"சிப்பியில் எடுத்து மணற் குழியில் . . . ! உனக்கு அறிவில்லையா? உலகில் மூன்று மடங்கு இருக்கும் கடல்நீரை வற்றச் செய்யப் போகிறாயா? அதுவும் இந்த மணற் குழியில்!"

"நீயும் அப்படித்தானே, உனக்கு முடியாத காரியங்களில் முரண்டு பிடித்துக் கொண்டிருக்கிறாய்!"

"..."

"படிப்பால் வந்த அகம்பாவம் அது. உன் உள்ளிருந்து கேட்கும் குரலை நீ மதிப்பதில்லை."

"எனக்குக் கேட்கவேயில்லை."

"உன் காதுகள் செவிடாவது பற்றி எனக்கு அக்கறை யில்லை. ஆனால் உணர்வு எங்கே போனது? வேப்பமரமும் இளம் பாதிரியும் உன்னோடு பேசியதுகூட உனக்கு மறந்து போயிருக்கும். புற மாயைகளில் சிக்கி, அர்த்தமற்ற உரையாடல் களில் பொழுதைக் கழிக்கிறாய்."

"வரலாறு, பொருளாதாரம், தத்துவம் சார்ந்த உரையாடல்கள் தவறு என்கிறாயா?"

"இல்லை. ஆனால், நீ யாரோடு உரையாடுகிறாய் என்பது முக்கியம்."

"..."

"அவர்களுக்கு என்ன நோக்கம் இருக்கிறது என்று உனக்குத் தெரியுமா? தங்கள் கொள்கைகளை, சித்தாந்தங்களைத் தூக்கிப் பிடிக்க ஆட்ச் சேர்ப்பு நடக்கிறது."

"..."

"அல்லேலூயாக் கூட்டங்களைப் போல் இதுவும் ஒரு வகை. மூளையும் மனமும் இதுதான் சரியெனச் சொல்லும். இருக்கும் இடம்விட்டு, இல்லாத இடத்தில் தேடிக்கொண்டிருக்கிறாய்."

"நான் என்னதான் செய்ய வேண்டும்?"

"தடைகளைப் புறம்தள்ளிவிட்டுப் பறந்துவிடவேண்டும். தேங்கிய குட்டை அழுகி நாறும். அங்கு அழுகையும் பற்கடிப்பும் இருக்கும்."

"..."

"எழுந்து உன் பெட்டி, படுக்கையை எடுத்துக்கொண்டு புறப்படு."

"..."

"கடல் இயங்கியபடியே இருப்பதைப் பார்த்திருப்பாயே. தன்னுள் சேரும் குப்பைகளைப் புறம் தள்ளிப் பயணித்தபடியே இருக்கும்."

"..."

"பயணம் முக்கியம்."

11

அவன் அந்தத் தீபகற்பத்தின் வடமேற்குத் துறைமுகநகர் நோக்கிப் பயணப்பட்டான். எதை நம்பி, யாரை நம்பிக் கிளம்பினான் என்று தெரியாத பயணம் அது. புறப்பட வேண்டுமெனத் தோன்றியது, புறப்பட்டு விட்டான். இலக்குகள் ஏதுமற்ற பயணம். அங்கு என்ன நடக்கும், வேலை கிடைக்குமா, கிடைக்காதா என்பது குறித்த அச்சமோ கவலையோ அவனுக்கு ஏற்படவில்லை. அது நடக்க வேண்டியது, நடந்துவிட்டது. அவன் பிறந்த ஊரிலும், அந்தத் துறைமுகநகர் பற்றி நிறையக் கேள்விப்பட்டிருந்தான். மழைக்குக்கூடப் பள்ளிக்கூடங்களில் ஒதுங்காத சிலர், அங்கு வந்து பெரும் தனவந்தர்களாய் மாறியிருந்தார்கள். போகும் வழியிலேயே அவன் ஒரு தீர்மானம் செய்திருந்தான். அந்தத் துறைமுக நகரிலிருந்து திரும்புவதாய் இருந்தால், அது பணி நிமித்தமாய் இருக்க வேண்டும் அல்லது பணியிட மாறுதலாய் இருக்க வேண்டும். வேறு எந்தக் காரணம் கொண்டும் அங்கிருந்து திரும்புவதில்லை என்பதே அத்தீர்மானம்.

ஒருசில நாட்களிலேயே அவன் அந்த நகரின் பிரதான தேவாலயம் சென்றது, அதன் அழகில் சொக்கியது, அங்கு அந்தப் பகுதியின் கோலி இன மீனவர்களின் சிறப்புப் பூஜை வழிபாடுகளில் கலந்து கொண்டது, அங்கு ஒரு உறவினரைக் கண்டது, அவர் தனது அலுவலகம் வரச் சொன்னது, அங்கிருந்து ஒரு பணிக்காக மற்றொரு அலுவலகம் சென்றது, அங்கு நடந்த நேர்முகத் தேர்வில் அழைப்பாணையே இல்லாமல் கலந்துகொண்டது, தேர்வானது எல்லாம் கனவு போல்தான் நடந்து முடிந்திருந்தது.

தான் தேர்வாகியிருந்த நிறுவனம், யாருடையது, என்ன தொழில் செய்கிறது எதுவும் தெரியாமல், அந்த

நிறுவனத்தில் அவன் சேர்ந்திருந்தான். நேர்முகத் தேர்வுக்காக நின்றிருந்த வேளையில் அவனிடம் அழைப்பாணை இல்லை. முகப்பிலிருந்த இளம் பெண், "அழைப்பாணை எங்கே?" எனக் கேட்டாள். அவனோ புரியாமல் விழித்தான். அவள், அவனிடம் "உன் பெயர் என்ன?" எனக் கேட்டாள். பெயரைச் சொன்னபோது, அந்தப் பகுதியின் ஒரு கடற்கரையூர் பெயரைச் சொல்லி அந்த ஊரா எனக் கேட்டாள். அவனிடமோ பொய் சொல்வதா எனத் தயக்கம். அவன் உள்ளிருந்த குரல் "ஆம் எனச் சொல் கருப்பா" என்றது. அவன் "ஆம்"என்றான். அவள் புன்னகைத்து, அவனை உள்ளே அனுப்பினாள். அது ஒரு மாயத் தருணம். அது எப்படி நடந்தது? அந்த மாயத் தருணத்தை யார் நிர்வகித்திருப்பார்கள்? எதுவும் அவனுக்குத் தெரியாது. நடந்தது, அவனால் ஆகக்கூடிய செயல் அல்ல, அதற்கு அப்பாற்பட்டது. அவன் தேர்வாகியிருந்தான், அவளோ தேவதையாய்த் தெரிந்தாள். பணிக்கான அப்போதைய தேவையும், தேர்வான மகிழ்ச்சியும் அவனை அதுபற்றி மேற்கொண்டு சிந்திக்கவிடவில்லை. அவன் நிகழ் சூழலில் கரைந்தபடி இருந்தான்.

அது ஒரு வணிகக் கப்பல் நிறுவனம். முதலாளிகள் புழங்குமிடத்திலேயே அவனுக்குப் பணி செய்யும் வாய்ப்புக் கிடைத்திருந்தது. அவனது மேலதிகாரியோ, நிறுவனத்தின் தலைமையதிகாரி. இளம் வயதுக்காரர், முதலாளிகளின் செல்லப்பிள்ளை. அந்தத் தீபகற்பத்தில் இருந்த அனைத்து அலுவலகங்களிலும், அதைத் தாண்டி உலகெங்குமிருந்த அந்த நிறுவனத்தின் கிளை அலுவலகங்களிலும் அவர் வைத்ததே சட்டம். அவனோ தலைமை அதிகாரியின் உதவியாளர். தீபகற்பத்தின் கடல்வழி வாணிபத்தில் அந்த நிறுவனத்தின் பங்கு முக்கியமானது. நாட்டின் உணவு, உரம், கச்சா எண்ணெய், கரி எனப் பெருவாரியான எல்லா வியாபாரத் தேவைக்கு ஏற்பவும் தகுதியான ஆளுமைகளைப் பணியிலமர்த்தி, அவர்களுக்குத் தேவையான அனைத்தையும் செய்துகொடுத்து, அவர்களை உலகம் முழுவதும் பறக்கவிட்டு, புதுப்புது வியாபார உத்திகளை அறிந்து, அதன்மூலம் பெரு வளர்ச்சி அடைந்திருந்தது அந்த நிறுவனம். கடல்வழி வாணிபத்தில் ஒட்டுமொத்த ஆளுமைகளையும் ஒரே புள்ளியில் இணைத்து, அதைச் செயலாக்கத்திற்கும் கொண்டுவந்திருந்தார் அந்தத் தலைமை அதிகாரி. அவரைப் பொறுத்தவரையில் இதுதான் அலுவலக நேரம் என்றில்லை. அலுவலகமே வீடு; வீடே அலுவலகம். அவரது பொறுப்பான நிர்வாகம் தெரிந்திருந்ததால், அவரது எந்த ஒரு வியாபார முடிவுக்கும் முதலாளிமார் குறுக்கே வந்ததில்லை.

கனவுலகில் சஞ்சரிப்பது போலிருந்த வாழ்க்கையில், வருடங்கள் கடந்தபடியிருந்தன. பணிச் சூழலில் ஒவ்வொரு கட்டத்திலும் ஒரு மாயக்கரம் அவனை வழி நடத்தியபடியே இருந்தது. கலங்கி நின்றபோதெல்லாம், அது கைநீட்டி அவன் கண்ணீரைத் துடைத்தது. அவமான, அலட்சியங்களில் அவன் உள்ளிருந்த குரல் பேசியது "கருப்பா, நீ இன்னும் கற்றுக் கொள்ளவேண்டியவை நிறையவே இருக்கின்றன, விழிப்பாய் இருந்து வாய்ப்பைப் பயன்படுத்து" என்றது. பணி சார்ந்து பல்வேறு இடங்களுக்கு அனுப்பட்டான். பல்வேறு மொழி பேசும் மக்களோடு பணியாற்றினான். கடல் கடந்த கடல் பயணங்களும், விமானப் பயணங்களும் அவனுக்குக் கைகூடியிருந்தது. பயணங்கள், அவனுக்குப் பல அனுபவங்களைத் தந்தன. அந்தத் தீபகற்பத்தின், சுதந்திரத்துக்கு முன்னான காலனியாதிக்க ஆட்சியாளர்களின் காலத்திலும், அதற்கு முன்னான வரலாற்றுக் காலத்திலும் கடல்வழி வாணிபத்தில், கடலோர மக்கள் கொடிகட்டிப் பறந்திருந்தது அவனுக்குத் தெரியவந்தது.

ஆயிரம் ஆண்டுகளுக்கு முன்னாலேயே அந்தத் தீபகற்பத்தின் தென்பகுதியை ஆண்ட ஒரு மன்னன், கடல் கடந்து கடற்படை நடத்தி, கீழைப் பிரதேசங்களைத் தன் ஆட்சியின் கீழ் கொண்டு வந்தது பற்றியும், அதுவும் நாடு பிடிக்கும் ஆசையால் இல்லாமல், தன் நாட்டு வணிகர்களின் நலம் காக்கவே செய்திருந்தான் என்பதையும், அவர்களின் ஆட்சி கடல்வழி வாணிபத்தில் மட்டுமல்லாது நாட்டு மக்கள் வாழ்விலும் பொற்காலம் என்றும் மடக்கலப்பிள்ளை தாத்தா அவனிடம் ஏற்கெனவே சொல்லியிருந்தார். தீபகற்பமெங்கும், பாய்மரக் கப்பல்களில் கரைக்கடல் கப்பலோட்டம் அந்தக் காலத்தில் வெகு விமரிசையாக நடந்திருந்ததாம்.

தலைமை அதிகாரியின் உதவியாளனாய், நிறுவனத்தின் பல்வேறு துறைகளிலிருந்து வரும் திட்ட அறிக்கைகள், அவனது பார்வைக்குக் கிடைத்தன. அந்த நிறுவனமும், கப்பல் உரிமையாளர்களின் முகவர்களாயும், தரகர்களாயும், சுங்க முகவர்களாயும், கனரக வாகன உரிமையாளர்களின் முகவர்களாயும் இருந்தார்களே அல்லாது கப்பல், சரக்குப் போக்குவரத்து வாகனங்களின் உரிமையாளர்களாகித் தொழில் செய்ய முனையவில்லை. தேவையற்ற சவாலை நாம ஏன எதிர்கொள்ள வேண்டும் என்பதும் அவர்களது எண்ணமாய் இருந்திருக்கலாம். கப்பல் வைத்து வியாபாரம் செய்யும் தொழிலும், அந்தத் தீபகற்பத்தின் அரசால் ஊக்குவிக்கப்படாமலே இருந்தது. ஏற்றுமதியிலும் இறக்குமதியிலும் அந்நிய நாட்டுக்

கப்பல் உரிமையாளர்களின் நிறுவனங்களே, தொடர்ச்சியாய்ப் பங்குபெற்று நாட்டின் வளத்தைச் சூறையாடியது அவனுக்கு வருத்தத்தை அளித்தது. தென் பகுதியிலும், தீபகற்பத்தின் சுதந்திரத்துக்கு முன்னான காலத்தில் சுதேசி ஒருவர், கப்பலோட்ட முயன்றது பற்றியும், அவரை அந்த நேரத்துக் காலனிய அரசாங்கம் தொழில் செய்யவிடாமல் தடுத்தது பற்றியும், அவன் புத்தகங்களில் படித்துத் தெரிந்துகொண்டிருந்தான். அதே சூழல் இன்னும் தொடர்கிறதோ எனும் உறுத்தல் அவனுள் இருந்தது.

தொடர்ச்சியாய் அரசால் அமைக்கப்பட்ட மின்நிலையங்களால், தீபகற்பத்தின் தென்பகுதியில் நிறுவனத்தின் தொழில் அபார வளர்ச்சி அடைந்தது. அவன் எதிர்பார்த்திருந்த தென்பகுதிக்கான பணி இடமாற்ற உத்தரவும் வந்தது. அவன் தெற்கே, பல ஆண்டுகளுக்கு முன்னால் பணியின்றித் தவித்த அதே நகருக்கே வந்துசேர்ந்திருந்தான். அங்கிருந்தே பணிசார்ந்து பல இடங்களுக்கும் பயணப்பட்டான். தீபகற்பத்தின் மேலைக், கீழைத் துறைமுக நகரங்களெல்லாம் அவனுக்கு இப்போது பரிச்சயமாகி இருந்தன. கப்பல் ஏஜென்சி நிர்வாகப் பொறுப்புகளோடு, துறைமுகங்களிலிருந்து கனரக இயந்திரங்களை, தொழிற்சாலைகள் இருக்கும் இடங்களுக்குக் கொண்டுசெல்லும் சாலைவழி மார்க்கம் கண்டுபிடித்து அறிக்கை தயார் செய்வதும் அவனுக்கான பணியாகக் கொடுக்கப்பட்டிருந்தது. வழித் தடங்களைக் கண்டுபிடித்து அறிக்கை சமர்ப்பிப்பது உற்சாகமாய் இருந்தது. அவனது பணியைத், தலைமை அலுவலகத்தில் பாராட்டினார்கள்.

அந்த உற்சாகத்தில் அவனது வாழ்வே திசை மாறியிருந்தது. தொடர் வெற்றிக் களிப்பில் பிதாவாகிய சர்வேஸ்வரன், காவல் சம்மனசுகள், வேப்பமரம். சந்நியாசி, வயோதிகப் பாதிரி, இளம் பாதிரி எல்லோருமே மறந்துபோய் இருந்தார்கள். உலக மாயை அவனைச் சூழ்ந்து ஆளுகை செய்தது. நகர வாழ்வில், அடுத்தடுத்த பதவி உயர்வுகளுக்கு எப்படிப் போவது, வருவாயை எப்படிப் பெருக்குவது, முதலீடு செய்வது, நிலம் வாங்குவதா, வீடு கட்டுவதா இவற்றையே மனம் நாடியபடி இருந்தது. வழக்கமாய் உள்ளிருந்து கேட்கும் குரலைக் கேட்கவிடாமல், வெளியே எப்போதும் பெரும் இரைச்சலாய் இருந்தது. ஜெப வாழ்க்கையும் தொலைந்து, அவனது வயதும் கடந்தபடி இருந்தது.

அந்த வேளையில், அவன் ஆத்தாவிடமிருந்து மணவாழ்க்கை குறித்தான மிரட்டல்கள் வர ஆரம்பித்தன. மண வாழ்க்கை பற்றி அவனுக்கு ஓர் இலட்சியம் இருந்தது. வாலிபத்தில் அவன் சந்தித்திருந்த இளம் பாதிரி கொடுத்துப் படித்திருந்த,

கலீல் ஜிப்ரான் கவிதைகளால் வந்த பாதிப்பு அது. 'விளக்கை எரியவிடு, அதன் ஒளி மங்காமலிருக்கட்டும். அதை உன்னருகே கொண்டு வை, அதன் வெளிச்சத்தில் என்னுடனான உன்னுடைய வாழ்க்கை, உன் முகத்தில் எப்படி எழுதப்பட்டிருக்கிறது என்பதைக் கண்ணீர் ததும்பும் விழிகளோடு நான் பார்த்தபடி இருப்பேன்.'

கல்லூரி வாழ்வில் அவன் சந்தித்துக் கடந்திருந்த இளம் விதவை பற்றிய எண்ணமும், மறக்கக்கூடியதாய் இல்லை. அவளுக்கு, அவனது வயதோ அல்லது ஓரிரு வயதுகள் அதிகமாகவோ இருக்கலாம். உள்ளுக்குள் உணர்ச்சிக் கொந்தளிப்புகளோடு இருந்தாலும், தன்னை அக்கறையாய் அவள் கவனித்துக் கொண்டது பற்றி நினைத்து, பின்னாளில் அவன் வருந்தியிருந்தான். அவளைத் தவிக்கவிட்டு வந்தது தவறு என்ற நினைப்பு, அவனை அவ்வப்போது வாட்டியபடியே இருந்தது. ஆனாலும் அந்த வயதில் அவனால் என்ன செய்துவிட முடியும் என்றே மனதைத் தேற்றிக் கொண்டான். அந்த இளம் விதவை குறித்து ஆத்தாவிடமும் அக்காவிடமும் பேசினான். அவளைத் திருமணம் செய்யலாமே எனக் கேட்டான். கெஞ்சினான். அவர்களோ, பதறிப்போய் அவனுக்கு அவசரகதியில் வேறு பெண் தேட ஆரம்பித்தார்கள்.

பலர் வந்து அவனைக் கல்யாணம் செய்வதற்காகக் கேட்டார்கள். எளியவர்கள் யாரையும் அவன் வீட்டு உறவுகள் மதிக்கவில்லை. ஆத்தாவுக்கோ மேட்டிமையான எண்ணம் இருந்தது. பக்கத்து வீடுகளில் இருந்த உறவு, நட்புக்களை அவள் எப்போதும் உதாசீனப்படுத்தியபடியே இருந்தாள். பெரும் செல்வந்தர் வீட்டுச் சம்பந்தங்களும் வந்தன. வீட் டு மாப்பிளை யாய்ப் போய், அவர்கள் இட்ட பணி செய்வதற்கு, அவனுக்கு உடன்பாடு இல்லாமலிருந்தது. காதலித்துக் கலியாணம் செய்யவும் அவனுக்குத் துணிவில்லை. அதற்காகத் தன்னைத் தயார்படுத்திக் கொண்டவனும் இல்லை. அறிய ஆரம்பித்ததிலிருந்தே தாழ்வு மனப்பான்மை அவனைக் கொன்றபடி இருந்தது.

பிறந்து மூன்று தசாப்தங்களைக் கடந்த பின்னரே அவனுக்கு மணவாழ்க்கை ஏற்பாடானது. தந்தையார் கொடுத்த வாக்கைக் காப்பாற்றுவதற்காக நடந்த அத்திருமணம், உடல் உறவே இல்லாமல் கசந்துபோனது. ஏறக்குறைய ஒரு தசாப்தத்தைக் கடந்திருந்தான். தோல்வியில் துவண்டு போனான். கடற்கரைகளில் தனியனாய்ப் புலம்பித் தீர்த்தான். விவாகரத்துக் கோரி அந்த மண ஒப்பந்தத்தை முறித்துக்கொண்டபோது, அது புது வகையான பிரச்சினைகளுக்கு வழி வகுத்தது. போலியாய்ப் புனையப்பட்ட வழக்குகளின் விளைவுகள், அடுத்த தசாப்தத்தை

அவனுக்கு நிம்மதியில்லாமல் செய்தது. அவனைக் கைது செய்து, சிறையில் அடைப்பதற்காகக் காவலர்கள் தேடினார்கள். தாய், தந்தை, சகோதர, சகோதரிகளையும் வழக்குகளில் இணைத்துத் துன்புறுத்தினார்கள். அவன் ஓடியபடியே இருந்தான். தெருத்தெருவாய் ஓடினான், ஊர்விட்டு ஊர் ஓடினான். உறவினர்களோ நண்பர்களோ யாரும் ஏன் என்று கேட்க வில்லை. ஆனால் அத்தனை அந்தகாரத்திலும், ஒரு மாயக்கரம் அவனையும், அவன் குடும்பத்தையும் வழி நடத்தியபடியே இருந்தது. உடலுறவு இல்லாமல் எப்படி வாழ்ந்தாய் என்று பலர் நக்கலாய்க் கேட்டார்கள். ஆண்மை இல்லாதவனோ என ஏளனம் செய்தார்கள். அத்தனை ஏளனத்தையும் புன்னகைத்துக் கடக்க, அந்த மாயக்கரம் அவனுக்குத் துணை நின்றது. வழக்குகள் முடிந்து, அடுத்து அமைந்த வாழ்வோ ஆசீர்வாதமாய் இருந்தது. அவனது விருப்பத்திற்கு ஏற்றார்போல் மனைவி அமைந்திருந்தாள். ஆணொன்றும் பெண்ணொன்றுமாக இரு குழந்தைகள், எளிமையில் கம்பீரமான வாழ்க்கை. காலமும் கடந்தபடி இருந்தது.

ஒரு நாள் இரவில், அன்று நடந்த நிகழ்வுகளை மனதில் அசைபோட்டபடி இருந்தார். அன்று துறைமுகப் பணிகளை ஆய்வு செய்வதற்காகச் சென்றிருந்த வேளையில், எதிர்கொண்ட சம்பவமும் அவரைப் பதற வைத்திருந்தது. மேற்குக் கப்பல்தளத்தில் வளைகுடா நாட்டிலிருந்து உரம் இறக்குமதியாகக் கொண்டு வந்திருந்த கப்பலில், வேலை நடந்தபடி இருந்தது. கப்பலின் கேங்வே வழியாக ஒரு இளைஞனைத் தனியார் ஒப்பந்தத் தொழிலாளர்கள் தூக்கி வந்தபடியிருந்தார்கள். அந்த இளைஞனின் வலதுகால் எலும்பு முறிந்து வீக்கம் கண்டிருந்தது. அவன் மயங்கியிருந்தான்.

“இவன் தனியார் தொழிலாளி சார். தேவையில்லாத வேல பாத்திருக்கான்” என்றார் வார்ஃப் சூப்பர்வைசர்.

“இல்ல சார். காற்று அதிகமாக இருந்ததால, கப்பல் ரோல் ஆகிகிட்டு இருந்திச்சி. ஹோல்டு மேல நின்னு சிக்னல் காட்டிகிட்டு இருந்த சீஃப் ஆபீசர், கீழே விழுந்திறக் கூடாதேன்னு ஓடிப்போயி பிடிச்சான். அவரோ இவனைப் பார்த்து ‘நான் ஒரு பெர்சியன், நீ என்னைத் தொடக்கூடாது’ன்னு சொல்லித் தள்ளிவிட்டுட்டார் சார்” என்றார் சக தொழிலாளி.

“சீஃப் ஆபீசர் கிட்டப் பேசி வேலைய ஆரம்பிக்கலாம்” என்ற சூப்பர்வைசர், “ஒரு லோட் லாரியில அவன அள்ளிப்போட்டு, துறைமுகத்துக்கு வெளிய விட்டுறுங்கப்பா” என்றார்.

“கால் முறிஞ்சி போச்சி, அவனால் நடக்க முடியாது” பதறினார் சக தொழிலாளி.

தொழிலாளர் கூட்டத்தை விலக்கியபடி, மயங்கியிருந்த அந்த இளைஞனைக் குனிந்து பார்த்தவர், பதறிவிட்டார். தகப்பனின் முகச்சாயல், இளைஞனுக்கு அப்படியே இருந்தது. இளைஞனின் தகப்பனோ, அவர் பிறந்த ஊரில் மாபெரும் கடலோடி, வீரன், நீதிமான். அவர் தனியனாய் வேலெடுத்துப் பாய்ந்தால், எதிரே நிற்கும் கூட்டம் சிதறிச் சின்னாபின்னமாகும். சாவுக்கு அஞ்சாதவர். காலம் அவரைப் பின்னாளில் வெகுவாய் மாற்றியிருந்தது. சிறைகளில் வாழ்க்கைப் பாடம் கற்றவர், கலகமே வேண்டாம் எனத் தன் உறவுகளைத் திருத்த முயன்றார். மக்களுக்கான தேவைகளை அரசு அதிகாரிகளைச் சந்தித்து ஆணித்தரமாக முன்வைத்தார். வாய்ப்புக் கிடைத்திருந்தால், பெரிய அரசியல்வாதியாகி, கடலோர மக்களின் தலைவனாக மாறி வழிகாட்டியிருப்பார். கடலோரம் ஒரு தகுதியான தலைவனைப் பெற்றிருக்கும். துரோகத்தால் கொலையுண்டு போனார். அந்த வீரனின் மகன், யாருமற்ற அநாதையாய் கிடக்கிறான்.

தந்தையின் கொலைக்குப் பழிதீர்க்க, அடுத்து நடந்த கலகத்தில் மூன்று கொலைகளைச் செய்து, ‘என் தந்தையின் கொலை வழக்கில் நீதி கிடைக்கவில்லை, அதனால் நீதியை நான் எடுத்துக் கொண்டேன்’ என நீதிமன்றத்தில் முழங்கிய சுத்த வீரன், இதோ பேச்சுமூச்சற்றுக் கிடக்கிறான். அவனது கதை அங்கு யாருக்கும் தெரியாது. அவருக்கோ “எனது சனமே, எனது சனமே... என அரற்ற வேண்டும் போலிருந்தது. மனதைத் திடப்படுத்தியபடி வெளியே வந்தவர், தான் வந்திருந்த காரிலேயே இளைஞனை ஏற்றி மருத்துவமனைக்கு கொண்டுசேர்த்து, உரிய சிகிச்சை அளிக்க ஏற்பாடு செய்துவிட்டு வந்திருந்தார். இரவில் அவருக்குச் சாப்பாடு இறங்கவில்லை. கடுமையான தலைவலியில் தூக்கம் வராமல் புரண்டு படுத்தபடியே இருந்தார். அப்போது உள்ளிருந்த குரல் பேசியது. “கருப்பா நீ ஒரு சுயநலவாதி, குரலில்லாத உன் சமூகத்தை மறந்துவிட்டு, நீ, உன் குடும்பம் என மகிழ்வாய் இருக்கிறாய்” என்றது. தூக்கத்திலோ கனவு.

‘பெரியவர் ஒருவர் நாற்காலியில் அமர்ந்தபடி தன் முன்னால் இருந்த மேஜை மேல் எரிந்தபடி இருந்த மெழுகுவர்த்தியைப் பார்த்தவாறிருந்தார். நவநாகரீகக் கனவான்களின் உடையில் அந்தப் பெரியவர் இருந்தார். ஏறிய நெற்றியும், நீண்ட தாடியும் அவரது முகத்துக்கு அழகு சேர்த்தன. மேஜையில் அவர் எழுதிப் போட்டிருந்த காகிதங்கள் மத்தியில், குற்றமும் தண்டனையும் எனப் பெயரிடப்பட்டிருந்த தடித்த புத்தகம் இருந்தது. மெழுவர்த்தியின் வெளிச்சத்தில் அவரது

முகம் பிரகாசமாய் இருந்தது. ஏதோ கனவுலகில் சஞ்சரிப்பவர் போல் இருந்த அந்தப் பெரியவருக்கு, இந்தத் தீபகற்பத்து மக்களின் முகம் இல்லை. புகைமூட்டத்தில் உருவம் கலைந்து, தலையில் முண்டாசு கட்டி, முறுக்கிய மீசையோடு அந்தப் பெரியவர் உருமாறினார். அவரது முகம் அவனுக்குப் பரிச்சயமாய் இருந்தது. அவர் அறையை விட்டு வெளியே வந்து, காடுமேடாகச் சுற்றினார். கடற்கரையில் நடந்தார், அலைகளோடு விளையாடினார், அருவியில் குளித்தார், வயல் வரப்புகளில் நின்று கதிர் கொய்து ஆனந்தித்தார். பாறைகளில் தவ்வி ஏறினார். காற்று அவரை வருடிக்கொண்டது. அதே காற்று வீரியம் கொள்ள, அவரது ஆடைகள் பறந்தன. எந்தக் கூச்சமுமின்றி, வானத்தை அன்னார்ந்து பார்த்தபடியே புன்முறுவல் பூத்தார். அவரது உருவம் விண்முட்ட எழுந்து விஸ்வரூபத் தோற்றம் காட்டியது. மேலிருந்து கீழ்நோக்கிப் பார்த்தார். "காக்கை குருவி எங்கள் ஜாதி, நீள் கடலும் மலையும் எங்கள் கூட்டம், நோக்குந் திசையெலாம் நாமன்றி வேறில்லை; நோக்க நோக்கக் களியாட்டம்" என்ற அசரீரி கேட்டது.

மறுநாள் காலையிலேயே துறைமுகம் சென்று கப்பல் தலைவரைச் சந்தித்து, சீஃப் ஆபீசர் நடந்துகொண்ட முறை பற்றிப் புகார் அளித்தார். கப்பல் தலைவரோ, தான் அந்தச் சம்பவத்தை மேல் தளத்திலிருந்து நேரடியாகப் பார்த்ததாகவும், மனிதாபீனமற்ற சீஃப் ஆபீசரின் செயலுக்கு வருந்துவதாகவும் சொன்னார். இனவெறி பிடித்த சீஃப் ஆபீசரை அடுத்த துறைமுகத்தில் கப்பலிலிருந்து இறக்கிவிடப் போவதாகவும், இனி அவர் எங்கள் நிறுவனத்தில் பணி செய்ய முடியாது என்றும் உறுதி அளித்தார். மேற்கொண்டு பாதிக்கப்பட்ட தொழிலாளியின் மருத்துவச் செலவையும் கப்பல் நிறுவனமே ஏற்றுக்கொள்ளும் என்றும் சொன்னார்.

சில தினங்களுக்குப் பிறகு, அந்த இளைஞனைப் பார்ப்பதற்காக அவர் மருத்துவமனைக்கு வந்திருந்தார். மருத்துவமனையில், அவனுக்குத் தனி அறை ஒதுக்கப்பட்டிருந்தது. அவரைக் கண்டதுமே, அவன் படுக்கையிலிருந்து எழும்ப முயன்றான். அவனைக் கையசைத்துத் தடுத்தபடியே அருகில் வந்து அமர்ந்தார். அவன் கைகளில், 'அம்மா வந்தாள்' என்ற புத்தகம் இருந்தது. இளைஞனின் கண்களிலோ, ஆனந்தக் கண்ணீர்.

"நீங்க வரமாட்டீங்களோன்னு நினைச்சேன். என்னைப் போலவே தவறுதலாய் வழிநடத்தப்பட்ட நிறைய இளைஞர்கள், கடற்கரையில இருக்காங்க. பழி வாங்குற உணர்வு, எங்ககிட்ட இருந்து போகமாட்டேங்குது."

“புத்தகங்கள் படிக்கிற . . .”

“சேலம் சிறையில் இருந்தப்ப, கண்காணிப்பாளர் புத்தகங்கள் கொடுத்துப் படிக்கச் சொன்னார். அப்ப ஆரம்பிச்ச பழக்கம்.”

“நல்லது.”

“அந்தக் கண்காணிப்பாளர், ஒரு விசயம் சொன்னார். கடற்கரையில இருந்து வாற குற்றவாளிகள், அடி, தடி, கொலை இப்படித்தாம் வாறாங்களே தவிர, ஏமாத்து, திருட்டு, பாலியல் குற்றம் எதுவுமே இல்லன்னு சொன்னார்.”

“அப்படியா . . .!”

“சமவெளி மக்களோட பழகுறதுக்கு, நம்ம மக்கள்கிட்ட பெரிய தயக்கம் இருக்கு. ஆலைய வழிபாடு, கடல் தொழில், சண்டை இதத் தவிர வேற எதுவும் நம்ம மக்களுக்குத் தெரியாது. ஒரு ரேசன் கார்டுகூட எடுக்கத் தெரியாது.”

“காரணம் என்னென்னு நினைக்கிற ?”

“வெளியுலக வாழ்க்கை பற்றித் தெரிஞ்சி கொள்றதே இல்ல. படிக்காதவன்கிட்ட வாசிப்பு இல்லங்குறத ஒத்துக்கிறுலாம். ஆனா படிச்சவன்கிட்ட அறவே இல்லாமப் போச்சி. மதவெறி புடிச்சி அலையிறான்வ. நம்ம மக்களோட வாழ்க்க பற்றியும் வெளிய யாருக்கும் தெரியில. மீன்காரங்கன்னு எளக்காரமாப் பேசுறாங்க.”

“ஏதாவது வேலை வாங்கித்தந்தா செய்யிறியா ?”

“கண்டிப்பாச் செய்வேன் அண்ணன். பிறக்கப் போற பிள்ளைகளாவது, உலகத்தப் புரிஞ்சி வாழ வழி பிறக்கும். ஆனா அதைவிட முக்கியமா, எனக்கு ஒங்ககிட்ட ஒரு வேண்டுகோள் இருக்கு.”

“சொல்லு.”

“நம்ம வாழ்க்கையும் பதிவாகனும் அண்ணன். உங்ககிட்ட சொல்லணுமின்னு தோணுது. நீங்க எனக்கு வேலை வாங்கித் தந்தா, அது என்னோட, அதிகபட்சமா என் குடும்பத்தோட முடிஞ்சி போயிறும். ஆனா வாழ்க்க பதிவானா, அது தலைமுறைக்கும் பயனுள்ளதா இருக்கும்.”

“. . .”

“இப்படி ஒரு சூழல்ல, நான் உங்கள சந்திப்பேன்னு நினைச்சிக்கூடப் பாக்கல. ஆனா சந்திச்சோம் பாத்தீங்களா.

இதுதான் இறை சித்தம். பழி பாவத்துக்கு அஞ்சாத, அதுனாலேயே சிரமப்படுற நான் சொல்றேன், எழுதுங்க."

"..."

"நம்ம பிள்ளைகள், படிக்கட்டும். பெருமைய எழுதி எந்தப் பிரயோசனமும் இல்ல. வாழ்க்கைய எழுதுங்க. அடுத்த சமூக மக்களும் நம்மளப் பற்றித் தெரிஞ்சி கொள்ளட்டும்."

அலுவலகத்திலிருந்து அலைபேசியில் அழைப்பு வர, அவர் இளைஞனிடமிருந்து விடை பெற்றுக்கொண்டார். அவர்களது சந்திப்பும் உரையாடலும் அவரை வெகுவாகவே சிந்திக்க வைத்தது. இளைஞனின் குரல், ஒட்டுமொத்த சமூகத்தின், பிரக்ஞையின் குரலாய் அவரது காதுகளில் திரும்பத்திரும்ப ஒலித்தபடியே இருந்தது. விடுதலைப் பயணத்தில் யூதர்களை வழிநடத்திய மோயீசனை நினைத்துக்கொண்டார். எரியும் முட்செடியின் உள்ளிருந்து மோயீசனிடம் பேசிய அதே பிதாவாகிய சர்வேஸ்வரன், தனக்கும் இந்த இளைஞன் மூலம் செய்தி சொல்கிறாரா! இந்த மக்களின் கூக்குரலை அவர் கேட்டுவிட்டாரா! ஆனால் மோயீசனின் பராக்கிரமம் எங்கே, கோழையான நான் எங்கே! உடம்பெல்லாம் ஒரு முறை சிலிர்த்து அடங்கியது. 'எப்போதும் இருக்கிறவராக இருக்கும் நான் உன்னோடே இருப்பேன்' எனச் சொல்லிச் சிலிர்ப்பு அடங்கியது.

12

வாழ்வைப் பதிவு செய்தே ஆக வேண்டும் என்ற இடைவிடாத உறுத்தல் அவருள் இருந்தது. ஆனால் எப்படி எழுதுவது, எங்கிருந்து தொடங்குவது என்பதுதான் தெரியவில்லை. நண்பர் ஒருவர் அறிமுகத்தில், ஒரு பதிப்பாளரை அணுகினார். பதிப்பாளரோ, பரந்துபட்ட வாசிப்போடு, படைப்பின் நுணுக்கங்களையும் அறிந்தவராய் இருந்தார். நேரம் கிடைக்கும் போதெல்லாம் இருவரும் சந்தித்தார்கள். அந்தச் சந்திப்புகள் அவரது ஆன்மாவுக்கு நேசமாய் இருந்தன. உலக அரங்கில் வாழ்தலின் தரிசனங்களைக் கண்டடைந்து, அதைப் பதிவு செய்தவர்களை எல்லாம் பதிப்பாளர், அவருக்கு அறிமுகம் செய்தார். தொடர்ந்த வாசிப்பு, அவர் சார்ந்த நிலப்பரப்பின் வாழ்வை, அவரைத் திரும்பிப்பார்க்க வழி செய்தது.

அறிய ஆரம்பித்ததிலிருந்தே அவர் அறிந்திருந்த கடலோரச் சமூகங்களின் வாழ்வு ஏற்படுத்தியிருந்த வலி, அவர் அடிமனதில் ஆழமாய் வேரூன்றி இருந்தது. சமவெளிப் பகுதியில், தொடர்ந்த கல்விப் பயணத்தில் எதிர்கொண்ட ஏனைய திணைசார் வாழ்வுகளை, நெய்தலின் வாழ்வோடு தொடர் ஒப்பீடு செய்ததால் ஏற்பட்ட புரிதல், அவருள் பெரும் தாக்கத்தை ஏற்படுத்தியிருந்தது. வாசிப்பு திறந்துவிட்ட பார்வைகள், தான் சார்ந்த சமூகத்திற்கு ஏதாவது செய்தே ஆக வேண்டும் என அவரை நிர்ப்பந்தித்தபடியே இருந்தன.

கடலோர மக்களின் வாழ்வு மட்டும், ஏன் மற்ற சமவெளி வாழ்விலிருந்து இவ்வளவு வேறுபட்டு நிற்கிறது? சுயசார்புப் பொருளாதாரமாக இயங்கியபடி, காலகாலமாகத் தேசத்தின் கடலோர எல்லைகளைத் தங்கள் வாழ்வின் மூலமாகவே காக்கும், இந்த மக்கள் பற்றிய புரிதல் சமவெளிச் சமூகத்துக்கு இல்லையே ஏன்? அவருள் இயல்பாய்

எழுந்த கேள்விகள் இவை. காலனியத்துக்கு முன்னான காலத்திலிருந்து இன்றுவரை தேசத்தின் பாதுகாப்பிலும், கடலுணவு உற்பத்தியிலும், கடல்வழி வாணிபத்திலும் பெரும் பங்களிப்பைச் செய்யும் பாரம்பரியக் கடலோரச் சமூகங்கள் தொடர்ச்சியாய்ச் சமவெளிசார் ஆட்சியாளர்களால் புரிந்துகொள்ளப்படவே இல்லை.

நிலையில்லாத கடலில், தங்கள் ஆளுமையை, வீரத்தை நிரூபித்த கடலோர மக்களால், அதே ஆளுமையை, அதனால் ஏற்படும் பொருளாதார உயர்வை, அரசியல் அதிகாரத்தை நிலத்தில் எட்டவே முடியவில்லை. தாங்கள் அன்றாடம் பாடுபடும் கடல் இவர்களுக்குத் தொழில்வெளி, ஆனால் நிலமோ கொண்டாட்டவெளி. நிலத்தில் நடக்கும் வாழ்வில், இறப்போ பிறப்போ திருமணமோ எல்லாமே இவர்களுக்குக் கொண்டாட்டம். தங்களின் தியாக உழைப்பு, நிலத்தில் எப்படியெல்லாம் சூறையாடப்படுகிறது என்பது பற்றிய சிந்தனையே இல்லாத வாழ்க்கை. அன்றைய பொழுதின் அப்போதைய கணத்தில் வாழும் இந்த மக்கள், அரசியல் பிரதிநிதித்துவம், ஆட்சியதிகாரம் நோக்கி நகரவேயில்லை. அவருள் பெரும் பாதிப்பை ஏற்படுத்திய உண்மை இது.

இயற்கை இடர்பாடுகளின் உச்சத்திலும், தன் கையைத் தானே ஊன்றி அவர்கள் எழும்புவதோடு மட்டுமல்லாது, இதரச் சமூகங்களின் இடர்பாடுகளிலும் அனிச்சையாய்க் கைகொடுக்கும் இந்த மக்கள் பற்றிப் பதிவு செய்வது தன் கடமை என்று அவர் உணர்ந்தார். இலக்கியம் என்பதே குரலற்றவர்களின் குரலாய் இருக்க வேண்டும் என்பது அவரளவிலான புரிதல். தீபகற்பத்தில் தொடரும் கடலோரச் சமூகங்களுக்கான பிரச்சினை என்பது, அவர்கள் வாழ்வு பற்றிய அடிப்படைப் புரிதல் ஆட்சியாளர்களுக்கு இல்லாததும், பிரச்சினையின் அடிநாதமாக இருக்கும் உண்மையின் அருகில் சென்று பார்த்து அதற்கான தீர்வை ஆட்சி அதிகாரம் ஆராயாததும்தான். கடலோரச் சமூகங்கள் பழங்குடிகள், இயற்கையின் இடர்பாடுகளைக் கடந்து வாழ்வது அவர்களுக்குச் சாதாரணம். ஆனால், ஆதிக்க சக்திகளால் வளர்ச்சியின் பெயரால் முன்னெடுக்கப்படும் திட்டங்களால், செயற்கையாய் ஏற்படும் இடர்பாடுகள் அவர்கள் அறிந்திராதது, அதனாலேயே எதிர்கொள்ள முடியாதது.

ஒரு காலத்தில் மரத்துண்டே படகாய்க்கொண்டு கடலில் பயணித்தவர்கள்; தமது படைப்பூக்கச் சக்தியால், படகில் பல்வேறு வடிவம் கண்டார்கள். உணவு உற்பத்தியில் விவசாயத்துக்கு இணையாய் பங்களிப்புச் செய்து கரைக்கடல், அண்மைக் கடல், ஆழ்கடல் வேட்டம் நடத்திச் சுயசார்புப் பொருளாதாரம் காத்தார்கள். கடலைத் தங்களது தாயாய் மதித்துப் போற்றினார்கள்.

கட்டுமரமாய், வள்ளமாய், சரக்குகளைச் சுமந்துசெல்லும் தோணியாய், பாய்மரக் கப்பலாய் பல்வேறு தொழில்சார் வடிவம் கண்டார்கள். இந்த மக்கள் வகுத்த வழியில்தான் இன்றைய வணிகக் கப்பல்கள் பயணிக்கின்றன. இவர்கள், தங்கள் படைப்பூக்கத்தை இழந்து தவித்ததன் காரணம் என்ன? காலனியச் சுரண்டல் ஒரு புறமென்றால், சுதந்திரத்துக்குப் பின்னான ஆட்சியதிகாரத்தின் தொடர்ச்சியான புறக்கணித்தலும், இந்தப் படைப்பூக்கச் சமூகங்களின் தொடர் வீழ்ச்சிக்குக் காரணமாய் இருக்கிறதே என எண்ணி வருந்தினார்.

கடலோரச் சமூகங்களின் இன்றைய தலைமுறைக்கும் மாற்றத்தின் தேவை புரியவேயில்லை. கடலோரமெங்கும் இருக்கும் தேக்க நிலையால், அடுத்தகட்ட நகர்வே அரிதாய் இருக்கிறது. காலத்துக்கு ஏற்றார்ப்போல் வாழ்க்கையில், மனநிலையில், தொழில் முறையில், பழக்கவழக்கத்தில் மாற்றம் ஏற்படாததன் விளைவு, வீழ்ச்சி. இறக்குமதியான தொழில்நுட்பங் களால் தீபகற்பத்தில் பெருகிய மீன் உற்பத்தி கடலோரத்தில் வேலைவாய்ப்பை உருவாக்கியது, ஆனால் கூடவே பாரம்பரிய மீனவர், தொழில்முறை மீனவர், வணிக மீனவர் என்ற பாகுபாட்டுக்கும் வித்திட்டது.

பெரும் அரசியல் விளம்பரங்களோடு கடற்கரையில் கட்டமைக்கப்படும் எந்தத் திட்டமும், கடலோரச் சமூகங்களுக் கானதாய் இல்லை. இயற்கைக்கு இடையூறு செய்யும் திட்டங்களால், தொடரும் மணற் கொள்ளையால் ஏற்படும் கடலரிப்புகளிலிருந்து பாதுகாப்பு வேண்டுமென்று மக்கள் கோரிக்கை வைத்தால், தடுப்புச் சுவர் அமைக்கிறோம் என்ற பெயரில் பாறாங்கற்களை அள்ளி, அவர்கள் வீடுகளுக்குள் வீசினார்கள். ஒற்றுமையான செயல்பாட்டால்தான் அரசை நிர்ப்பந்தித்து ஆக்கபூர்வத் திட்டங்களைக் கடற்கரையில் செயல்படுத்த முடியும் என்ற புரிதல் கடலோர மக்களுக்கு வந்தே ஆக வேண்டும்.

கடலோரப் பிரதேசங்களில் ஆழமாய் வேரூன்றி, இன்று ஆலவிருட்சமாய் வியாபித்து நிற்கும் கத்தோலிக்கமும், மக்களுக்கான பெரும் பிரச்சினைகளின் உச்சத்திலும்கூட, தங்களைச் சார்ந்து ஜெபிக்கச் சொல்லிக் கொடுத்ததே அல்லாது, சாதுர்யமாய் அதை எதிர்கொள்ளக் கற்றுத் தரவில்லை. கல்விக் கண் திறந்தார்கள் என்பதை மறுக்க முடியாது. ஆனால், தரமான தலைமைகள் சமூகங்களிலிருந்தே ஏற்பட்டு அரசியல் பிரதிநிதித்துவம் பெற்று விட்டால், தங்களுக்கான முக்கியத்துவம் இல்லாமல் போய்விடுமோ என அஞ்சியது கத்தோலிக்கம். மக்களுக்கான சுகாதாரம், கல்வி பொருளாதார அடிப்படைத்

தேவைகள் காத்துக்கிடக்க, மதத்தின் பெயரால் அப்பாவிச் சனங்களைச் சிந்திக்க விடாமல் செய்வதோடு மட்டுமல்லாமல், திருவிழாக்கள் என்ற பெயரில் அவர்கள் உழைப்பையும் கரைத்துக் கோடிகளாய்க் கொட்ட வைத்து, நாளும் கடற்கரை ஊர்களில் தொடர்கிறது தேவாலயக் கட்டுமானம்.

கடலோரப் பிரதேசங்களை, பெரும் பொருளாதார மண்டலங்களாக, வேலைவாய்ப்புக் கேந்திரங்களாக அரசால் உருவாக்க முடியும். எதிர்காலத் திட்டத்தோடு தேசமெங்கும் உள்நாட்டு மீன்பிடிப்பு, கரைக்கடல், அண்மைக் கடல், ஆழ்கடல் மீன்பிடிப்புகளை அக்கறையோடு கண்காணித்து மீன்பிடித் துறைமுகங்களில் சேமிப்பு, பதனிடுதல், சந்தைப் படுத்துதல் போன்ற உள்கட்ட அமைப்புகளை உருவாக்கி முன்னேற்ற முடியும். தீபகற்பத்தைச் சுற்றியுள்ள ஆளில்லாத் தீவுகளை மீன் உற்பத்திப் பண்ணைகளாகவும், சுற்றுலாத் தளங்களாகவும் மாற்றிப் பெரும் வேலை வாய்ப்பையும், பொருளாதார வளர்ச்சியையும் பெற முடியும்.

தீபகற்பமெங்கும் பாரம்பரியமாய்ப் பாய்மரக் கப்பலோட்டிய சமூகமும் அவர்களது விலைமதிக்க முடியாத அனுபவ ஞானமும் இருக்கிறது. அவர்களை இன்றைய தொழில்நுட்ப வசதியோடு அடுத்த கட்டமான கரையோர நடைசெய்யும் சிறு சரக்குச் சேகரக் கப்பல்களின் உரிமையாளர் களாய் மாற்றி, சிறிய துறைமுகங்களிலிருந்து பிரதான துறைமுகங்களுக்கு சரக்குகளைக் கொண்டுசெல்ல வழிவகை செய்யமுடியும். இதன் மூலம், தீபகற்பத்தின் பிராந்திய மலர்களாய் மேற்கு, கிழக்குக் கடற்கரையிலும் அமைந்திருக்கும் துறைமுகங்களை, கடலோரச் சமூகங்கள் என்ற சமூகநார் கொண்டு இணைத்த கடல் மாலையாக உருவாக்க முடியும்.

கடலோரச் சமூகங்களின் வாழ்வு குறித்த புரிதல், ஏனைய நிலம்சார் சமூகங்களுக்கு இல்லை எனக் குறை கூறுவதை விடுத்து, அந்தப் புரிதலை ஏற்படுத்த மண்ணின் மைந்தர்கள் என்ன செய்தார்கள் என்பதே, அவரையே அவர் கேட்டுக்கொண்ட கேள்வி. அதிகார மையங்களைக் குறை கூறும் அதே வேளையில், சமூகம்சார் பிரச்சினைகளையும், நம்பிக்கைசார் குறைகளையும் களைய வேண்டியது தனது கடமை, எழுத்தின் வழியாக அதைச் செய்தே ஆகவேண்டும் என உறுதி பூண்டார். அதன்மூலம் ஏனைய நிலப்பரப்பின் மக்களோடு உரையாடல் நடந்து, பரஸ்பரப் புரிதல் சாத்தியமாகி மண்சார், மக்கள்சார் திட்டங்கள் உருவாகும், சட்டங்கள் இயற்றப்படும், ஜனநாயக மணி ஓசை கடலோரத்திலும் கேட்கும் என்ற நம்பிக்கை அவருக்கு ஏற்பட்டது.

அவரிலிருந்து அவரையே உற்றுப்பார்த்த படைப்புத் தருணம் அது. கற்பனைக்குச் சிறகுகள் முளைத்து அவை கடந்த காலம் நோக்கிப் பறந்தன. அவர் கண்ட காட்சியெல்லாம், சாதாரண மனிதக் கண்களுக்குப் புலப்படாதவையாக இருந்தன. கனவுகளில் அவர் எச்சரிக்கப்பட்டார். படிமங்களாய் இறுகிப்போயிருந்த பழைய நினைவுகள், பூக்களாய் மலர்ந்து அவர் முன் அழகு காட்டின. அவர் கண்டிராத மூதாதையர் வாழ்வு அவருக்குக் காண, கேட்க, உணரக் கிடைத்தது.

யுகயுகமாய் ஆன்மாவில் அடைக்கலமாகியிருந்த அந்த நிலப்பரப்பின் வாழ்வு, அவருள்ளிருந்து அருவியாய்க் கொட்டியது. அவர் ரசித்த, ருசித்த, வெறுத்த, பயந்த, பிரமித்த, நிலப்பரப்பின் ஆளுமைகள், வாழ்வின் கொண்டாட்டங்கள், வாழ்வாதாரக் கொடுமைகள், நம்பிக்கைசார் நாட்டியங்கள் எல்லாம் மனக்கண் முன் தரிசனமாய்த் தெரிந்தன. தான் உயிரோடு, அறிவோடு நடமாடும் உடல் மட்டும் அல்ல, தனக்குள் எப்போதும் ஜீவித்திருக்கிற ஆத்மா ஒன்று இருக்கிறது. அதனோடு அந்த நிலப்பரப்பின் ஆன்மாவும் இரண்டறக் கலந்திருக்கிறது என்பது அவருக்கே தெரியவந்தது.

அவர் ஆன்மாவிற்குள், பிரபஞ்சத்தின் ஆன்மா நுழைந்து அவரை இயங்கச் செய்தது. வேள்வி, படைப்பு வேள்வி, வெறி, அடங்காப் பெருவெறி அவருள். உண்ண, உறங்க, நிற்க, நடக்க நேரமில்லாமல் அலைந்தார். நிகழுலகும், அதன் சங்கிலிப் பிணைப்புகளும், அவருக்கு ஒரு பொருட்டாகவே தோன்ற வில்லை. மனதில் பொங்கிப் பிரவாகித்த அனைத்தையும், காகிதத்தில் வடித்து எடுத்துவிட வேண்டும் என்ற அடங்காப் பெருவெறி அவரை ஆட்கொண்டிருந்தது. அடைகாக்கும் கோழியானது சிறிது நேரமேனும், இரை தேடவாவது தான் அடைகாக்கும் முட்டைகளைப் பிரிந்து மீளும். அவரோ அவரது முதல் எழுத்துப் பிரதியை, ஒரு கணமேனும் பிரிந்து இருந்ததாய் அவருக்கு நினைவு இல்லை. கங்காரு தன் குட்டியைச் சுமந்துகொண்டு திரிவதுபோல அவர் திரிந்தார். நொடியெனக் கடந்த அந்தப் படைப்பின் நாட்கள், அவரது மனதுக்கு இனிமை அளிப்பதாய் இருந்தன.

எழுத்துப் பணி ஒருபுறம் இருந்தாலும், வாழ்வாதாரத் தேவைகளுக்காகப் பணி செய்வது இன்றியமையாதது என்பதும் அவருக்குப் புரிந்திருந்தது. மனைவி, குழந்தைகளென அவரை நேரடியாக நம்பி, இப்போது மூன்று உயிர்கள். அவர்களின் வாழ்வும் வளமும் அவர் கையில் கொடுக்கப்பட் டிருந்தது. தச்சன் மகன் சொன்னதுபோலத் தன் சிலுவையைச் சுமந்தபடி அவரைப் பின்செல்லுதல். இல்வாழ்வுக்குத் தேவையான

பணியைச் செய்தபடியே எழுத்தைத் தொடர்தல். பொருளாதாரம் ஈட்டும் பணி, வாழ்வைத் தொடரச் செய்தாலும் எழுத்துப் பணி ஆத்ம தாகம் உள்ளதாய் அவரை மகிழ்வித்தது.

பல்லாயிரம் ஊழியர்கள் பணி செய்யும் அந்தப் பன்னாட்டு நிறுவனத்தின் உரிமையாளர்களுக்கு அவரையும், அவரது அக்கறையான உழைப்பையும் தெரிந்திருந்தது. இக்கட்டான பணிச் சூழலிலும் அவர் ஆத்மார்த்தமாய்ப் பணியிலிருந்தார் என்பது அவர் ஆத்மாவுக்கும், அந்த நிறுவனத்தின் உரிமையாளர் களுக்கும் தெரிந்திருந்தது. பணியில் எவ்வளவோ அலட்சியங்கள், அவமானங்கள், பணியிட மாறுதல்கள் அத்தனையும் கடந்து வந்து பார்த்தால், பெற்றிருந்த அனுபவங்கள் அவரை மெய்சிலிர்க்கச் செய்தன.

அந்த நிறுவனத்தில் அவருக்கு மேலதிகாரியாய் வந்து, அவர்மேல் எப்போதும் கடுமை காட்டிய ஒருவர் சொன்னார், "நீ உன்னுடைய இயல்பை மாற்றினால் மேலதிகப் பதவிகளை அடையலாம், பொருளாதாரச் செழுமை பெறலாம்.'' அவருக்கு மேலதிகாரியின் கூற்றில் உடன்பாடு இல்லை. மாற்ற முடியாத அவர் இயல்பு, அவரது மூதாதையர்களின் வழிவந்த ஜீன்களால் கடத்தப்பட்டு அவருக்குள் வந்தது. படைப்பின் ரகசியம், ரஸவாதம். அதைச் சூழலுக்கு ஏற்றார்ப்போல் மாற்றிக்கொண்டால், கூழைக் கும்பிடு போட்டால், எளியோரை வதைத்துச் சமூக அக்கறையில்லாமல் நடந்தால், அவரையே அவருக்குப் பிடிக்காமல் போய்விடுமே! அவருள் உறையும் பிரபஞ்சத்தின் அங்கமான ஆன்மாவை அது வதைக்குமே. வாழ்வோ சாவோ, உயர்வோ தாழ்வோ, பதவியோ பதவியின்மையோ அவர் அவராக இருந்துவிட்டுப் போகிறாரே! அவர் பதிலேதும் பேசாமல் மௌனமாய் இருந்தது கண்டு மேலதிகாரி தொடர்ந்தார்.

''உனது இயல்பு எனக்குப் பிடிக்காவிட்டாலும், சில வேலைகளை இழுத்துப்போட்டுச் செய்கிறாய். அது எப்படியோ மேல்மட்டம்வரை போய்விடுகிறது. இந்த உளவு வேலைகளை யார் செய்கிறார்கள் என்று எனக்குத் தெரியவில்லை. நீ செய்யும் அடிமட்டப் பணிகள், நான் செய்ய விரும்பாதவை."

"..."

"நான் உன் மேலதிகாரி என்ற எண்ணமே உனக்கு இல்லை."

"..."

''கடந்த வார இறுதியில் நட்சத்திர விடுதியில் நடந்த விருந்துக்கு வந்த என் மனைவியை நீ உபசரிக்கவில்லை."

"அதற்கு அங்கு சிப்பந்திகள் இருந்தார்களே!"

"அவர்களை விடு, நான் உன் மேலதிகாரி என்பதைக் காட்ட, அவளிடம் நீ பணிந்து நடந்திருக்க வேண்டும்."

"..."

"மற்றவர்கள் பணிந்து நடக்கும்போது உனக்கு மட்டும் எங்கிருந்து வருகிறது இந்த ஆணவம்."

"..."

"நீ புத்தகம் எழுதுவதாயும், பத்திரிகைகளில் உனது கட்டுரைகள் வருவதாகவும் எனக்குத் தெரிந்தவர்கள் சொல்கிறார்கள். உனது கட்டுரைகளைப் பதிப்பிக்கக்கூடிய அளவிற்கு மட்டமான பத்திரிகைகளை நான் ஏறெடுத்துக்கூடப் பார்ப்பதில்லை. இந்த ஒரு காரணத்திற்காகவே உன்னைப் பணி நீக்கம் செய்யலாம்."

"..."

"எனது கருணையினாலேயே, நீ இங்கு தொடர்ந்து பணி செய்ய முடியும் என்பதை உனக்குச் சொல்ல விரும்புகிறேன்."

"உங்களது கருணை எனக்குத் தேவையில்லை" பட்டென வந்தது அவரது பதில். அவர் அப்படி ஒரு பதிலைச் சொல்வார் என்று அவருக்கே அந்த நொடிவரை தெரியவில்லை. அவரது இந்தப் பதிலால் என்ன நடக்கும், குடும்ப வாழ்வில் என்ன மாறுதல்களை அது கொண்டுவரும் எதைப் பற்றியும் யோசிக்காமல் சொன்ன பதில் அது.

பல ஆண்டுகளுக்கு முன்னால், அந்த நிறுவனத்தில் பணியில் சேர்ந்திருந்த அவருக்கு, நிறுவனத்தின் உரிமையாளர்களோடு நேரடித் தொடர்பில் வந்த அந்தச் சம்பவம் நினைவுக்கு வந்தது. பெரிய தொழிற்சாலைகளின் நிர்மானங்களுக்காக வெளிநாடுகளிலிருந்து கப்பலில் வரும் பெரிய இயந்திரங்களை, அவை இறக்குமதியாகும் துறைமுகங்களிலிருந்து சாலை வழியாகக் கொண்டுபோக முடியாத சூழல் இருந்தது. பிரிக்க முடியாத அந்த இயந்திரங்களின் அமைப்பும் எடையும் காரணம். தொழிற்சாலையின் அமைவிடத்தருகே கடல் மார்க்கமாகவே கொண்டுபோக முடியுமா என யோசித்து அதற்காகச் சொந்தமாகவே சிறிய கப்பல் கட்டுவது என்று முடிவு எடுத்தார்கள். கப்பல் கட்டும் தளத்தில், உரிமையாளர்களின் பிரதிநிதியாய் அவன் பணியமர்த்தப்பட்டிருந்தான். நிறுவனத்தில் யாருக்கும் அந்தத் தொழில் பற்றிய முன்னனுபவம் இல்லை, ஆனால் கப்பல் கட்டி முடிக்கப்பட்டு வெள்ளோட்டம் பார்ப்பதற்கான தேதி அறிவிக்கப்பட்டிருந்தது.

கட்டுமானப் பணி இரவுபகலாக நடந்தது. அவனும் பணித் தளத்திலிருந்து நீங்க முடியாத சூழல். நகருக்கு மிகவும் ஒதுக்கான கடற்கரைப் பகுதியில் வேலை நடந்தது. தனிமையில் சுய ஒழுக்கத்தை இழப்பதற்கும், ஒப்பந்தக்காரரிடம் கையூட்டுப் பெற்றுக்கொண்டு, கட்டுமானப் பணிக்கான பணத்தைப் பட்டுவாடா செய்வதற்கும் எத்தனையோ வாய்ப்புகள் இருந்தன. அவன் சிறுவனாய் இருந்த போது, அக்கா சொல்லியிருந்த காவல் சம்மனசுகளைத் தன் துணைக்கு அழைத்துக்கொண்டான். கப்பல் கட்டும் தளத்தில் எப்போதும் ஜெபமாலையும் கையுமாக அலைந்தான். இரவுகளின் அந்தகாரத்தில், அவன் அந்தக் காலத்தில், சீர்திருத்தக் கிறிஸ்தவப் பள்ளியில் படித்தபோது பாடிய,

''அவர் செட்டையின் கீழ் அடைக்கலம் புகவே தன் சிறகுகளால் மூடுவார், உன் வழிகளிலெல்லாம் உன்னைத் தூதர்கள் காத்திடுவார், உன் பாதம் கல்லில் இடறாதபடி தங்கள் கரங்களில் ஏந்திடுவார், சிங்கத்தின் மேலும் நடந்து வலுசர்ப்பத்தையும் மிதிப்பாய், அவர் நாமத்தை நீ முற்றும் நம்பினதால் உன்னை விடுவித்துக் காத்திடுவார், ஆபத்திலும் அவரை நான் நோக்கிக் கூப்பிடும் வேளையிலும், என்னைத் தப்புவித்தே முற்றும் இரட்சிப்பாரே என் ஆத்தும நேசரவர்'' பாடலைப் பாடியே பயத்தைப் போக்கினான். பிறந்த ஊரில் பிரபலமாய் இருந்த புனிதரையும், தன் துணைக்கு அழைத்துக் கொண்டான். இரவில் படுக்கும் வேளைகளில், நாற்புறமும் "அர்ச்சிஸ்ட சிலுவை, ஆணி அறைந்த தாழ்ப்பாள், கையிலிருக்கிறது வீசியடிப்பேன் விலகிப் போங்கள் சத்திராதிகள்" என்றபடியே பயத்தை விரட்டினான்.

கப்பல் கட்டுமானப் பணி முடிந்து, வெள்ளோட்டத்துக்கான நாள் வந்தது. அன்று கப்பல் கட்டுமானத்தின் ஒப்பந்தக்காரர், நிறுவனத்தின் உரிமையாளர் எதிரிலேயே "இன்றாவது நாம் இருவரும் கைகோர்த்துக் கொள்ளலாமே" என்று அவனைப் பார்த்துச் சொன்னார். மகிழ்ச்சியின் உச்சத்தில் இருந்த உரிமையாளர்கள், அந்தக் கப்பலுக்கு அவனையே பெயர் சூட்டும்படி சொன்னார்கள். 'மங்கள் மூர்த்தி' என்று அழகாய்ப் பெயர் சூட்டினான். ஒரு காலத்தில் கப்பல், சரக்குப் போக்குவரத்து வாகனங்கள் எதையுமே உரிமையாக்கிக் கொள்வதில்லை என்றிருந்து, பின்னாளில் கப்பல் உரிமையாளர்களாகிக் கொடிகட்டிப் பறந்த, அந்த நிறுவனத்தின் கன்னி முயற்சி அது. அதுவே நிறுவனத்தின் உரிமையாளர்களுக்கும் அவனுக்குமான உறவின் பாலமாய் இருந்தது. 'சிறியவற்றில் பிரமாணிக்கமாய் இருந்தாய் உன்னைப் பெரியவற்றிற்கு அதிகாரி ஆக்குவேன்' என்ற வாக்குத்தத்தின்படி அவனை உயர்பதவிகளில் அமர்த்தி அழகு பார்த்தார்கள்.

13

அவர், அந்தப் பெரும் கல்வி நிறுவனத்தின் அதிபரைச் சந்திக்க வந்திருந்தார். முதுகலைப் படிப்பை அந்த நிறுவனத்தின் பிரபலமான கல்லூரியில் படித்தது முதலே, அவர் அங்கு வந்து போவது வாடிக்கையாகி இருந்தது. வடமேற்கில் பணியிலிருந்த காலத்திலும், பணிசார்ந்து தென் பகுதி வந்தபோதெல்லாம், அந்த வளாகத்துள் வருவதைப் பழக்கமாக்கிக்கொண்டிருந்தார். வாழ்வின் புதுப் பாதையைத் திறந்துவிட்ட அந்த வளாகமும், பழமையான ஆலயமும், அதன் பின்னிருந்த பேராசிரியப் பாதிரிகளின் கல்லறைத் தோட்டமும், அவருக்கான தியான பீடமாக மாறியிருந்தது.

கத்தோலிக்கத்தின் ஒரு பிரிவைச் சேர்ந்த பாதிரிகளால் நடத்தப்பட்ட அந்த நிறுவனம், உலகெங்கும் பரந்து விரிந்திருந்தது. நிறுவனம் சமூக சேவைக்கானதாக இருந்தாலும், கல்விப் பணியே அங்கு முதன்மை பெற்றிருந்தது. தீபகற்பத்தின் பல நகரங்களிலும், அந்த நிறுவனம் கல்விப் பணி செய்துவந்தது. ஆட்சி, அதிகாரத்தில் இருந்த பெரும்பாலானோர், அதன் கல்லூரிகளிலேயே படித்திருந்த காரணத்தால், நிறுவனத்தின் குரலுக்குத் தீபகற்பத்தில் பெரும் மரியாதை இருந்தது. அதிபர், கல்லூரியில் பொருளாதாரப் பேராசிரியராய் இருந்த காலத்தில்தான், அவர் மாணவராய் அறிமுகமாகி இருந்தார். சந்தித்த புதிதில், அந்தக் கத்தோலிக்கச் சேவை நிறுவனத்தைத் தொடங்கிய புனித இக்னேஷியஸ் லொயோலா, புனித பிரான்சிஸ் சவேரியாருக்குச் சொன்னதான ஒரு வாக்கியத்தை அவருக்கும் சொல்லியிருந்தார். "ஒருவன் உலகமெல்லாம் தனதாக்கிக்கொண்டாலும், தன் ஆத்துமாவை இழந்துவிட்டால் அதனால் அவனுக்கு என்ன பயன்?" அவரை வெகுவாய்ச் சிந்திக்கவைத்த வாக்கியம் அது.

பெரும் படிப்பாளியாய் இருந்த அதிபர், அடித்தள மக்கள்மீது அன்பு கொண்டவராய் இருந்தார். பல்வேறு நிலப்பரப்பிலிருந்தும் மண்ணின் மைந்தர்கள், கிளர்ந்தெழுந்து வந்து அவரவர் நிலப்பரப்பின் வாழ்வைப் பதிவு செய்ய வேண்டும் என்றார். அதன் மூலமே உண்மை வெளிப்படும், புரட்சிகள் வெடிக்கும் என்றார். கல்லூரி நாட்களிலிருந்தே தொடங்கிய இருவரின் சந்திப்பும் உரையாடலும், பணியமர்ந்த பின்னும் தொடர்ந்தபடியே இருந்தன. வரலாறு, ஆன்மீகம், தத்துவம், இலக்கியம், அரசியல் என அவர்கள் பல துறைகள் குறித்து உரையாடினார்கள். குடும்ப வாழ்க்கை குறித்தும், அவர் பலமுறை அதிபரிடம் பேசித் தெளிந்ததுண்டு.

சில வருடங்களுக்கு முன்னால் அவர் எழுதி வெளியான புத்தகம் பற்றிய விமர்சனமும், அது ஏற்படுத்தியிருந்த மன உளைச்சலுமே அதிபரைத் தற்போது அவர் சந்திக்க வந்ததற்கான காரணம். பிறந்த ஊர் சென்று, சொந்தபந்தங்களைப் பார்க்க முடியவில்லை. நிகழ்வுகளில் கலந்துகொள்ள முடியவில்லை. ஊரிலிருந்து தள்ளியே இருந்தது, இன்னும் விரோதத்தை வளர்த்தது. தவறு செய்துவிட்டோமோ என நாளும் புழுங்கித் துடித்தார். நடந்தது எதுவும் அவர் சித்தப்படி நடக்கவில்லை என்ற தெளிவு அவருக்கு ஏற்பட்டிருக்கவில்லை. அதிபர் அவரிடம் எதுவும் கேட்கவில்லை. பேச ஆரம்பித்தார்.

"ஒரு மாணவனாக வெற்றுக் கோப்பையை, நீ ஏந்திவந்து நின்றது எனக்குத் தெரியும்."

"..."

"அந்தக் கோப்பை நிறைந்து வழிகிறது. அது என் போன்றோரை மகிழ்விக்கிறது. எது நடக்க வேண்டுமோ அது நடந்திருக்கிறது."

"..."

"ரத்தமும் சதையுமான கடலோர வாழ்வியல், என் மாணவனாகிய உன்மூலம் வெளிவந்ததில் எனக்குப் பெரும் மகிழ்ச்சி. உன் சமூகத்துக்கு அது புரியாதது, அவர்களுக்குத்தான் இழப்பு."

"..."

"இழப்பு உனக்கில்லை."

"தவறாய்ப் புரிந்துகொண்டு, இழிவுபடுத்துகிறார்களே!"

"கடலோரச் சமூகங்களின் இரண்டாயிரம் ஆண்டுகால வரலாற்றின் திருப்புமுனைப் புத்தகம் அது. வாழ்வைக் கரையிலிருந்து பேசாமல், கடலுக்குள்ளிருந்து அதன் வலிகளோடு பேசுகிறது."

"..."

"சுறா வேட்டையில் பிடிபட்ட வரிப்புலியனைத் தொடரும் அதன் இணைமீன் கடலடியில் தெரியும் கருப்பு, கத்தோலிக்கர்களான தென்புறத்துக் கடலோடிகளின் மறக்க முடியாத முன்னோர் வழிபாட்டின் குறியீடு."

"திட்டித் தீர்க்கிறார்கள்!"

"மக்களின் அறியாமையை வைத்துப் பிழைப்பவர்கள், திட்டத்தான் செய்வார்கள்."

"..."

"கெழுகடல் செல்வி... யுகயுகமாய்த் தொடரும் கடலோரத் தொன்மம்."

"..."

"கடலோரச் சமூகம், தன் கதையைத் தானே எழுதியதுதான் அதன் சிறப்பு. நடந்ததை நடந்தபடியே சொன்னது அதன் பலம்."

"..."

"அவமானம் எனக் கருதுவதைச், சொல்லாமல் விடுவது சமூகத்திற்கு இழைக்கும் அநீதி. அறிந்துகொள்ள, திருந்தி நடக்க வழிகாட்டலே இல்லாமல் போய்விடும்."

"பாதிரிகள் குறித்த விமர்சனம் அந்தப் புத்தகத்தில் இருக்கிறதே, நீங்களும் பாதிரியார்தானே! உங்களை அது கோபமுறச் செய்யவில்லையா?"

"என் முகத்தை, அங்கு சுட்டிக் காட்டப்பட்ட ஒழுங்கீனத்தில் நான் பார்க்கவில்லை. பார்த்தவர்கள் கதறுகிறார்கள். அவர்கள் கதறித்தானே ஆக வேண்டும்!"

"..."

"அதுபோக, நான் மனிதனாய் இருக்கிறேன். பாதிரி என்பது நான் ஏற்றுக்கொண்ட கோட்பாட்டிற்காக விரும்பி அணியும் சட்டை. அந்தச் சட்டைக்காக, என் சுயத்தை இழக்க முடியுமா?"

"..."

"கயவர்கள் எந்தக் கோட்பாட்டிற்குள் இருந்தாலும் கயவர்கள்தான். அவர்களால், அவர்களின் கயமையை மாற்ற முடியாது. அதுபோல ஒருசில கயவர்களின் கூற்றை ஒட்டுமொத்த மக்களின் மதிப்பீடாகவும் கொள்ள முடியாது."

"..."

"முன்னோரை மதிப்பது!"

"உன் மகன் உனது கற்பனைசார் நம்பிக்கைக்குள் இருந்து மற்றொரு கற்பனைசார் நம்பிக்கைக்குள் சென்றுவிட்டால், தந்தை மகன் உறவு இல்லாமலாகிவிடுமா? மதம் ஒரு கற்பனைக் கொள்கை, அதற்கு உருவம் கிடையாது. மகனுக்கும் உனக்கும் உருவம் இருக்கிறதே. நீங்கள் ஒருவரையொருவர் தொட்டு உணரலாமே! மூதாதையர்களும் ரத்தமும் சதையுமாக வாழ்ந்தவர்கள். வழிகாட்டியவர்கள், வழிபடத் தகுந்தவர்கள்."

"..."

"எப்போதும் ஒழுக்கம், ஒழுக்கம் என்று கதறும் வேடதாரிகள் குறித்துக் கவனமாய் இரு."

"..."

"கூனிக்குறுகி, மூடிமறைத்து வாழ வேண்டாமே என்பதைத்தான், நான் உன் பதிவில் உணர்ந்தேன். கம்பனின் வார்த்தைகளுக்கு புது அர்த்தம் அளித்த பதிவு அது."

"..."

"பொருளாதாரம்சார் பணி, உனக்கும் உன் குடும்பத்துக்கு மான பசியாற்றும். எழுத்தோ உன் ஆன்மப் பசியாற்றும். எதிர்ப்புகளைப் பற்றிக் கவலைப்படாதே. அறத்தின் பிம்பமான உன் ஆத்துமா, எங்கு இருக்கிறதோ அங்கு நீ இருப்பாய்."

அதிபருடனான சந்திப்பு அவருக்குப் புதுத் தெம்பளிப்பதாய் இருந்தது. படிப்பும் களப் பணியும் தீவிரமாய்த் தொடர, எழுத்து இன்னும் ஊக்கம் பெற்றது.

14

அந்த நாட்டின் மேலாதிக்கவாதிகளுக்குத் தாங்களே உலகெங்கும் அத் தீபகற்பத்தின் அறிவு முகங்களாக அறியப்பட வேண்டும் என்ற எண்ணம் இருந்தது. அடித்தள மக்களைப் போலியாய் அரவணைத்து, நாளும் அவர்களது உழைப்பைச் சுரண்டினார்கள். மண்ணின் மைந்தர்களின் காத்திரமான பதிவுகளை, அவர்கள் அறியாமலேயே அந்நிய மொழியாக்கம் செய்து, பன்னாட்டுக் கருத்தரங்குகளில் உரையாற்றிப் பொருளீட்டினார்கள். ஏன் அப்படிச் செய்கிறீர்கள் எனக் கேட்டால், "இந்த மண்ணில் உன்னை, உன் மக்களை, அவர்களின் வலியை உலகுக்குச் சொல்வதானால் கூட, எங்கள் மூலம்தான் சொல்லமுடியும்" எனக் கொக்கரித்தார்கள். அது அவருக்குப் பெரும் மனவலியைத் தந்திருந்தது. வெளிவட்டாரப் தொடர்புகளை வெகுவாகவே குறைத்து வீடு, மனைவி, குழந்தைகள் என இருந்த அவரைப் பால்ய நண்பனொருவர் பார்க்க வந்திருந்தார். நண்பரோடு, மருத்துவமனையில் அவர் சந்தித்திருந்த இளைஞனும் வந்திருந்தான். நண்பரோ, சமீபகாலம் வரை அவரது செயல்பாடுகளைக் கடுமையாக விமர்சித்து, இரட்டை வேடதாரி, சமூகத்தை விற்றுப் பிழைப்பு நடத்துபவர், ஆளும் வர்க்கம் தூக்கி எறியும் எலும்புத் துண்டுக்காக அலைபவர் எனச் சமூக ஊடகங்களில் பதிவிட்டிருந்தார்.

"விலகியே இருந்தாலும் சிறு வயது முதலே உங்களைத் தொடர்கிறேன்."

"விமர்சனம் செய்தபடி இருந்தீர்கள்."

"புரியாமல் பதற்றத்தில் நடந்துவிட்ட தவறுகள். என்னைப் போலவே பலரது நிலைமையும் அதுதான்" என்ற நண்பர், பக்கத்திலிருந்த

இளைஞனைக் காட்டி "இவன்தான், எனக்கு உங்கள் புத்தகத்தைத் தந்து படிக்க வைத்தவன்" என்றார்.

"அவன் ஒரு தீர்க்கத்தரிசி."

"உங்கள் பதிவுகள், எங்களைத் தேட வைத்துவிட்டன."

"எதைத் தேட வைத்தன?"

"முன்னோர் பற்றித் தேட வைத்துவிட்டன."

"தேடுவது, பெருமை கொள்வது எல்லாம் சரி, வெறி கொள்ளாமலிருக்க வேண்டும்."

"உங்களை விமர்சிப்பவர்களும் எதையும் படிக்காமல், உங்கள் மேல் உள்ள தனிப்பட்ட காழ்ப்பிலேயே செய்கிறார்கள்."

"கருத்தைக் கருத்தால் முறியடிக்கலாம், காழ்ப்பால் அல்ல."

"உங்களுக்கு மறந்திருக்கலாம், அந்தக் காலத்தில் உங்களோடு பணியாற்றும்போது, பெரும் குடும்பச் சிக்கலால் பாதிப்புக்குள்ளாகியிருந்தேன். அலுவலகத்தில் நீங்கள் ஏற்பாடு செய்திருந்த மனநல ஆலோசகர், தந்த அறிவுறைகளால் என் வாழ்வே மாறியது."

"புதிதாக அதைச் செய்திருந்தோம்."

"அந்தக் காலத்தில் யாருமே யோசிக்காத முயற்சி அது. பணிகளில் தளர்ச்சி ஏற்படுபவர்களுக்கு, பெரும் வரப்பிரசாதமாக இருந்தது. அந்தச் செயல்பாடுதான் என்னை உங்களிடம் ஈர்த்தது."

". . ."

"உங்களுக்கு மட்டும் எப்படி நேரம் கிடைக்கிறது?"

"அக்கறை இருப்பதால் கிடைக்கிறது."

"எங்கிருந்து வருகிறது இந்த அக்கறை!"

"அன்பு . . . பேரன்பு."

"அதற்காகக் கத்தோலிக்கத்தை விமர்சிக்க வேண்டுமா?"

"இந்தக் கேள்விக்காகத்தான் சுற்றி வளைக்கிறீர்களா?"

". . ."

"அக்கறை இருப்பதால் விமர்சிக்கிறேன். ஒரு நம்பிக்கையின் உள்ளிருந்துதான் அதை விமர்சிக்க முடியும். காலத்துக்கேற்ப அதன் செயல்பாடுகள் மாறியாக வேண்டும். மக்களின் வாழ்வியலுக்கு ஏற்ப, புதிய சிந்தனைகள் வர வேண்டும்."

“. . .”

“தவிர்க்கப்பட்ட ஞானக்கனியை ஆதித் தாயும், தகப்பனும் உண்டார்கள், அதுவே ஜென்மப் பாவமாய்த் தொடர்கிறது, என்பதெல்லாம் மூட நம்பிக்கையாய்த் தெரியவில்லையா. ஆண், பெண் உறவு இயல்பானது. அதைப்போய் பாவமென்கிறீர்கள். ஞானஸ்நானத்தில் அந்த ஜென்மப் பாவத்தைக் கழுவுகிறார் களாம்! பாவத்திலே பிறந்து, பாவத்திலே வாழ்ந்து, பாவத்திலே மடிந்து போகிறவர்கள் என நம்புகிறவர்களைத் தாழ்வு மனப்பான்மையிலேயே உழலச் செய்கிறார்கள்.”

“மீட்பர் பற்றி. . .”

“அவர் தச்சனின் மகனாய் இருந்துவிட்டுப் போகட்டுமே, அதிலென்ன தவறு? ஏன் அவர் பிறப்பில் அதிசயம், இல்லாத உயிர்ப்பில் அதிசயம்? எளியவன் எவனும் வாழ்வின் தரிசனம் பெறக்கூடாதா. பெற்ற தரிசனத்தை மக்களுக்குச் சொல்லக்கூடாதா! அவனைக் கொண்டுபோய் ஏன் அரச பரம்பரையோடு இணைக்கிறீர்கள்?”

“. . .”

“கானா ஊரில் நடந்தது, மரிய மதலேனுடனான தச்சன் மகனின் திருமணமாய் இருந்துவிட்டுப் போகட்டுமே . . . எளிய மனிதர்கள், உலகின் சரித்திரத்தை மாற்றி அமைத்ததை நாம் வரலாற்றில் பார்த்திருக்கிறோமே. அதிசயம், தேவரகசியம் என்று இருந்தால்தான் கேள்வி கேட்க முடியாது, தவறுகளைத் தட்டிக் கேட்க முடியாது என நினைக்கிறார்கள்.”

“. . .”

“புத்தனோட கருத்துக்கள உள்வாங்கி இன்னும் ஒருபடி மேல போனார்.”

“. . .”

“உன் சிலுவையைச் சுமந்தபடி என்னைப் பின்செல்லுங்கள் என தச்சன் மகன் சொன்னது, உலக வாழ்வின், குடும்பத்தின் பொறுப்புகளைச் சுமந்தபடி எளியோர் மேல் அன்போடு, அக்கறையோடு இருங்கள் என்பதைத்தான். தன்னைப்போலப் பாடுபட்டு, மரித்து, உயிர்த்தெழுங்கள் என்பதல்ல. அவரைப் பின்பற்றுவது, வழிபடுவதல்ல.”

“புரியவில்லை!”

“வழிபடுதல் என்பது அறியாமல் கும்பிடுவது. பின்பற்றுவதோ, புரிதலால் நிகழ்வது. அவரைப் போலவே அக்கறையுள்ள

சமூகப் போராளியாய் மாறுவது. முயன்றால் எல்லோராலும் அடையக்கூடிய மாமனித நிலை அது. மூடத்தனமாய் வழிபடுபவர்களைக் கொண்டாடுபவர்கள், பின்பற்றி அவர்வழி நடப்போரைத் துரோகி என்கிறார்கள்."

"..."

"வழிபடுவது எளிது, பின்பற்றுவது மிகக் கடினம். கடினமானதை விட்டுவிட்டு எளிமையானதைப் பிடித்துக் கொண்டார்கள்."

"முன்னோர் பற்றி..."

"70பதுகளின் இறுதியில் வெளியான போனி எம் குழுவினரின் பை தி ரிவர்ஸ் ஆஃப் பாபிலோன் பாடலைக் கேட்டிருக்கிறீர்களா?"

"மிகவும் உற்சாகமான பாடல், விரும்பிக் கேட்டிருக்கிறேன்."

"அதன் கருத்து உற்சாகமானதே அல்ல, அது ஒரு சோக கீதம். பாபிலோனியர்களிடம் யூதர்கள் அடிமைப்பட்டதைப் பேசுவது."

"அப்படியா...!"

"இப்படித்தான் அடிப்படை உண்மை தெரியாமல், ஆதரிப்பது எதிர்ப்பது எல்லாம். எல்லோரும் செய்கிறார்கள் நாமும் செய்வோமே என்று செய்வது."

"..."

"அந்தப் பாடலைச் சோக கீதமாகவே, இன்னும் நமது பாஸ்கா காலத்தில் பாடுகிறோம். 'அன்றுதான் பாபிலோனியர் அடிமைகளாம் எங்களிடம் அக்களிப்பு வேட்கை கொண்டு சீயோனின் இசை பாடெனச் சீறினாரே சினம் கொண்டு..."

"ஞாபகம் வருகிறது. நான் உன்னை மறந்தால் என் நாவு என்னுள் வாயில் ஒட்டிக் கொள்ளுமே என்ற பாடல்தானே அது."

"காலத்துக்கேற்ப ஒரு சோக கீதத்தை உற்சாகப் பாடலாக்கி, முன்னோர் வாழ்வை மக்களின் மனதில் நிலைத்திருக்கச் செய்திருக்கிறார்கள். அதுபோலவே நமது முன்னோரையும் மறக்க வேண்டாமே! அவர்களை மதித்து இதே நம்பிக்கைக்குள் தொடரலாமே. முன்னோர் பற்றிப் பேசினாலே, மதச்சாயம் பூசி விடுகிறார்கள்."

"உண்மைதான், எந்தச் சூழலிலும் நீங்கள் முன்னோரை விடுவதில்லை."

“வையத்தில் வாழ்வாங்கு வாழ்ந்து காட்டியவர்களை எப்படி மறக்க முடியும். அவர்கள் எங்கள் தெய்வங்கள்.”

“உங்கள் எழுத்துகள், தேசப்பற்றை வலியுறுத்துகிறதே!”

“உண்மை. அதற்காகத் தனிமனித ஒழுக்கத்தை, அறம்சார் வாழ்வைத் தொலைத்துவிட்டு, தேசப்பற்று என்பதெல்லாம் அபத்தத்தின் உச்சம்.”

“அப்படியானால் கடவுள் . . .”

“அறம் என்பதன் மறு உருவே கடவுள். அவரை யாரும் கண்டதில்லை. ஆனால் அறம்சார் வாழ்வை வாழ்ந்துகாட்டிய நம் முன்னோரைக் கண்டிருக்கிறோம்.”

நீண்ட காலத்துக்குப் பிறகு நண்பரைச் சந்தித்துப் பேசியது பரஸ்பரம் புரிந்துகொள்வதற்கு வாய்ப்பாய் இருந்தது. இளைஞனோ தன் கைலிருந்த பையிலிருந்து, அவருக்கு மூன்று புத்தகங்களை எடுத்துக் கொடுத்தான். காப்ரியேல் கார்சியா மார்க்கேஸின் ‘தனிமையின் நூறு ஆண்டுகள்’, லியோ தால்ஸ்தோயின் ‘போரும் அமைதியும்’, சினுவ அச்சிபியின் ‘சிதைவுகள்’. தன் மகிழ்வைக் கண்களில் காட்டியபடியே விடை பெற்றான்.

15

பொருளாதார நெருக்கடியான சூழலிலும், யாரிடமும் வேலை கேட்டு விண்ணப்பிக்கவோ, சிபாரிசுகளைப் பயன்படுத்தவோ அவருக்கு விருப்பம் இல்லாமலிருந்தது. கடந்த காலத்தில் அவராய் முயன்ற அனைத்து முயற்சிகளும், தோல்வியிலே முடிந்திருந்ததை அவர் கண்டிருந்தார். தானாய் அமைந்த வேலைகளிலேயே, அவர் இதுவரையிலும் பணியாற்றி இருந்தது, அவருக்கு வியப்பை அளித்தது. ஏதோ ஒரு உதவி, எங்கிருந்தோ வந்து அவரைக் காப்பாற்றியபடியே இருந்தது. அன்றைய தூக்கத்தில் அவருக்கு ஒரு கனவு வந்தது.

'அவர் ஒரு கடற்கரையில் நின்றிருந்தார். மாலை மயங்கிய வேளை அது. புயலுக்குப் பின்னான பேரமைதி அப்பிராந்தியத்தில் குடிகொண்டிருந்தது. கடல்நீரும் உள்வாங்கி, பாறைகள் வெளித் தெரிந்தன. பாறைகளின்மீது பல ஜீவராசிகளின் நடமாட்டம் தெரிந்தது. கச்சான் காற்றும் அசைவாடியபடி இருந்தது. தூரத்தில் மேற்கிலிருந்து கிழக்காக ஓடிக்கிடந்த பாறைக் கூட்டத்தின் மேலசைந்த மூன்று புள்ளிகள், உருவங்களாய் மாறிக் கரைநோக்கி வந்தன. முக்காடு போட்டபடி மூன்று மூதாட்டிகள் வந்தார்கள். அவர்களது முகங்களில் காலத்தின் வயோதிகச் சுருக்கங்கள். ஒரு மூதாட்டியின் வலதுபுற மூக்கில், வைர மூக்குத்தி மின்னியது. இரண்டாமவளின் காதுகளிலோ பாம்படங்கள் தொங்கின. மூன்றாமவளோ முத்துமாலை அணிந்திருந்தாள். அவர்கள் தங்களுக்குள் பேசியபடியே கரைநோக்கி வந்தார்கள்.

"நம் பிள்ளைகள் நம்மை மறந்துவிட்டன" என்றாள் மூக்குத்திக்காரி.

"மாயையில் சிக்கித் தவிக்கிறார்கள். அவர்கள் நம்மை மறந்தாலும், நாம் அவர்களை என்றும் மறப்பதில்லையே" என்றாள் பாம்படத்தாள்.

"கரையில் நம் பிள்ளையொன்று நிற்கிறதே, அவன் மூக்கைப் பார்த்தீர்களா! அப்படியே உங்களுடையது" என அவரைக் கைநீட்டிச் சொன்னாள், முத்துமாலைக்காரி.

"கண்களோ நம் தந்தையின் கண்கள்."

வைர மூக்குத்தி அணிந்தவள் குமரி என்றும், பாம்படக்காரி நாச்சியார் என்றும், முத்துமாலைக்காரி சந்தனமாரி என்றும் அவரால் அவர்களை அடையாளம் காண முடிந்தது. அவர்கள் மூவரும் நெருங்கிவந்து அவரை மாரிலும் தோளிலும் மடியிலும் போட்டுச் சீராட்டினார்கள். அவரோ மூவரின் மடியிலும் மாறி, மாறி அமர்ந்து குழந்தையானார். அவர்கள், அவரை உச்சி முகர்ந்து தாலாட்டுப் பாடினார்கள்.

ஆறோ பெருகிவர
அலைகடலும் பொங்கிவர
அந்த அலைகடலின் கரைதனிலே
அரையரோட கப்பல் வர
ஆராரோ . . . ஆரிரரோ

இரண்டு கப்பல் கொடிபிடிக்க
இரட்டை மச்சம் அசைந்து வர
பாண்டியரு கப்பலுன்னா
பாதுகாப்பும் கூட வரும்
ஆராரோ . . . ஆரிரரோ

தென்மதுர வீதியிலே
வித்துவந்த பாண்டி முத்தே
ரோமாபுரித் தேசத்திலும்
நம் பவுசச் சொல்லுதடி
ஆராரோ . . . ஆரிரரோ

ஆழ்கடலும் பொங்கினாலும்
சூறைக்காற்று வீசினாலும்
கொடுமழையே வந்திட்டாலும்
ஆத்தா நாங்க துணையிருப்போம்
அசராமக் கண்ணுறங்கு
ஆராரோ . . . ஆரிரரோ

காலையில் விழித்தவரோ தன்னைப் புது மனிதராய் உணர்ந்தார். புதுத் தெம்பில் இளமை திரும்பியது போலிருந்தது. கவலை மறந்து உற்சாகமாய்ப் பணிகள் செய்த அவரை, மனைவியும் குழந்தைகளும் வித்தியாசமாய்ப் பார்த்தாகள். அன்று மாலையில், அவரைச் சந்திப்பதற்காகத் தென்பகுதியின் பிரபலமான ஒரு தொழிலதிபரின் மகன் வந்திருந்தான். அவன் வாலிபனாய் இருந்த காலத்தில், அவனது தந்தையார் அவரிடமே கூட்டிக் கொண்டுவந்து தொழில் படிக்கவிட்டிருந்தார். தனது

மற்ற இரண்டு மகன்களையும்விட, இவன் மந்தமாயிருக்கிறான் என்றும் சொல்லியிருந்தார். அந்த வாலிபனது பணிவும் பொறுமையும், அந்தத் தொழிலதிபரின் வாழ்க்கை முறைக்கு ஏற்றதாய் இல்லை. செல்வச் செழுக்கில் அலைந்த மற்ற மகன்களே, அவருக்கு வாரிசுகளாய்த் தெரிந்தார்கள். மாறுபாடாய் இருந்த இந்த மகன் பற்றி, அந்தத் தொழிலதிபர் மிகவும் கவலை கொண்டிருந்தார். அவர், அந்த வாலிபனுக்குப் பல தொழில் நுணுக்கங்களைச் சொல்லிக்கொடுத்தார். அவனோ ஆர்வமாய் அனைத்தையும் கற்றுக்கொண்டான்.

அந்தத் துறைமுக நகரத்தின் ஏனைய தொழிலதிபர்களைப் போல் அவர்களது நிறுவனமும் ஏற்றுமதி, இறக்குமதி சுங்க முகவராயும், கப்பல் ஏஜெண்டாகவும் இருந்தார்கள். அவர்களின் தொழில் சார்ந்த அடுத்த கட்டமான கப்பல்களை வாடகைக்கு அமர்த்திக் கொடுக்கும் தரகர்களாக மாற அவர் ஏற்பாடு செய்தார். அது அவர்களுக்குப் பெரும் வருவாயை ஈட்டிக்கொடுத்தது. பெருகிய வருமானத்தில், தொழிலதிபரான தந்தைக்கு மந்தமான மகன், பெரும் திறமைசாலியாக மாறிப்போனது தெரிந்தது. இன்று அந்த நிறுவனத்தின் எதிர்காலமே, அந்த மந்தமான மகனின் கைகளில்தான் இருக்கிறது என்று தந்தை திருப்தி அடைந்தார்.

அந்த இளம் தொழிலதிபர், அவருக்குப் பரிசளிப்பதற்காக ஒரு பாய்மரக் கப்பலின் வடிவ மாதிரியைக் கொண்டு வந்திருந்தான். கடலில் பயணிக்கக்கூடிய பாய்மரக் கப்பலின் மாதிரி வடிவம் அது. பரிசைப் பெற்றுக்கொண்டதும் அவர் அந்த பாய்மரக் கப்பலை உற்றுப்பார்த்தார். அதைத் திருப்பி முன்னும் பின்னுமாகப் பார்த்தார். அவர் கண்களில் திருப்திக்கான அறிகுறி தெரிந்தது. சமீபத்தில்தான் பாய்மரக் கப்பல் சார்ந்த வாழ்வுபற்றி ஒரு புத்தகம் எழுதியிருந்தார். இப்போது அந்தப் பாய்மரக் கப்பலே பரிசாக வந்திருக்கிறது.

"இந்தப் பரிசு உங்களுக்குப் பிடிக்கிறது என்று நினைக்கிறேன்."

"நான் இப்படி ஒரு பரிசை எதிர்பார்த்துக் காத்திருக்க வில்லை என்பது உனக்குத் தெரியும். ஆனாலும் என் மனதெல்லாம் நிறைந்திருக்கிறது."

"வாங்கியதும் அதைச் சுற்றுமுற்றும் பார்த்தீர்களே எதைத் தேடினீர்களென்று நான் தெரிந்துகொள்ளலாமா?"

"நிச்சயமாக. இது மாதிரி வடிவம்தானே, நிஜ பாய்மரக் கப்பலில் இருப்பது போல் அனைத்துப் பாகங்களும் இருக்குமா என்ற சந்தேகம் வந்தது! வருவது பரிசாய் இருந்தாலும்

அதிலும் ஏதாவது குறை கண்டுபிடிக்க முடியுமா என்ற சாதாரண மனித மனம்."

"எதைத் தேடினீர்கள் என்று நான் தெரிந்துகொள்ளலாமா?"

"உன்னைப் பொறுத்தவரையில் மிக அற்பமான ஒன்றைத்தான் தேடினேன். என்னைப் பெறுத்தவரையில் அது முழுமையாக இருக்க வேண்டுமே என்ற எண்ணம்."

"எதைக் கண்டுகொண்டீர்கள்?"

"இந்த வடிவத்தில் கமர் பலகை இருக்கிறதா என்று பார்த்தேன்."

"இருக்கிறதா!"

"இந்தக் கேள்வியின் பொருள், கமர் பலகை என்றால் என்ன? பாய்மரக் கப்பலில் அதன் முக்கியத்துவம் என்ன என்பது உனக்குத் தெரியவில்லை என்று புரிகிறது. உன்னைக் குறை கூறுகிறேன் என்று தவறாக புரிந்துகொள்ளவேண்டாம். பாய்மரக் கப்பலின் பயன்பாட்டில் தேவை சார்ந்து, அடுத்தடுத்து நம் முன்னோர்கள் உருவாக்கிய தொழில்நுட்பம். இது மிதப்பில் சமநிலைக்கும், கப்பல் கட்டும் தளத்தில் உரசலைத் தவிர்ப்பதற்கும் பயன்படுகிறது. என்னை பிரமிக்கச் செய்த தொழில்நுட்பம்."

"..."

"அதுமட்டுமல்ல, இந்தத் தொழிலில் முன்னோடியாய் இருந்த உன் பாட்டனார் உருவாக்கிய தொழில்நுட்பம். அவரைக் கடலரசர் என்று அந்தக் காலத்தில் அழைத்தார்கள். அவரது பாய்மரக் கப்பல்கள், வங்காளம், யாழ்ப்பாணம் என நடை செய்தன. மலையாள நடையில் தீபகற்பத்தின் வடமேற்கு எல்லை வரையும் சென்று மீண்டன. இந்தத் தொழில் வெறும் பணம் ஈட்டுவதற்கான தொழில் மட்டுமல்ல, உனது பாட்டனாரின் ஆத்மாவிற்கு நேசமான தொழிலும்கூட. நீங்கள் இன்று அடைந்திருக்கும் வளர்ச்சிக்கான அஸ்திவாரம் அவர் இட்டதுதானே."

"உண்மையைத்தானே சொல்கிறீர்கள்."

"இந்தப் பரிசை இப்போது எதற்காகக் கொண்டுவந்தாய்?"

"உங்களுக்குக் கலைப் பொருட்களில் ஆர்வம் என்பது எனக்குத் தெரியும். அதனாலேயே பாய்மரத்தைப் பரிசாகக் கொண்டு வந்தேன். உங்களால் மறுக்க முடியாது. உங்களைச் சந்திக்க விரும்பினேன், வெறும் கையோடு வர மனம் அனுமதிக்க வில்லை."

"இந்தப் பரிசு அன்பானது, விலை மதிப்பற்றது. புறத் தோற்றத்திலும் நிறைவாய் இருக்கிறது. என் ஆன்மாவையும் குளிர்வித்து என்னைப் பேறு பெற்றவனாக்குகிறது. உன் பாட்டனாரிடமிருந்தே இந்தப் பரிசைப் பெற்றதுபோல் நான் மகிழ்கிறேன். நீயும் மகிழலாம், வீட்டில் எனது பார்வை படும் இடத்திலேயே இதை வைக்கப் போகிறேன்."

"மகிழ்ச்சி. எனக்கு உங்களிடம் ஒரு வேண்டுகோள் இருக்கிறது."

"சொல்."

"ஒரு தங்கச் சுரங்கத்தை தோண்டிக் காட்டிவிட்டு வந்துவிட்டீர்கள்."

"எதைப்பற்றிக் குறிப்பிடுகிறாய் என்று எனக்கு விளங்க வில்லை."

"கப்பல்களை வாடகைக்கு எடுத்துக்கொடுக்கும் தரகு வேலையைச் சொல்கிறேன். நாங்கள் முன்பின் அறியாதது அது. இன்றைய நிலையில், அதுதான் எங்கள் அடிப்படை வாழ்வாதாரம். பல இடங்களிலும் இதுபோலத் தங்கச் சுரங்கங்களை நீங்கள் தோண்டிக் கொடுத்ததாகக் கேள்விப்பட்டிருக்கிறேன்."

"உனக்கு தங்கச் சுரங்கமாய்த் தெரிவது, எனக்கு என் பணியாய்த் தெரிந்தது. நான் என் பணியை முழு மனதோடும் ஆன்மாவோடும் செய்தேன் அவ்வளவுதான்."

"சிறிய கப்பல் வாங்கி, அவற்றைச் சிறு துறைமுகங்களுக் கிடையே நடை செய்ய விடலாமா என யோசிக்கிறோம். எல்லாமே உங்களைப் பின்தொடர்வதன் மூலம் தோன்றிய எண்ணங்கள்."

"முடியாத எண்ணங்கள் யாருக்கும் வருவதில்லை."

"நீங்களும் எங்களோடு இணைந்து அதற்கு ஆலோசனை வழங்கலாமே என்று சொல்லிவிட்டுப் போகவந்தேன். நீங்கள் உங்கள் விருப்பம் போல் செய்யலாம்."

"வாழ்வின் செழுமை உன்னைச் சிதறடிக்கவில்லை. இன்னும் பக்குவமடைந்திருக்கிறாய்."

"நம் நிறுவனம், உங்களுக்காக எப்போதும் காத்துகொண்டே இருக்கும்."

சில மாதங்களுக்குப் பின், அவர் அந்த இளம் தொழிலதிபரின் நிறுவனத்தில், ஆலோசகராகப் பொறுப்பேற்றுக்கொண்டார். நடக்க வேண்டியவை, அவை நடக்க வேண்டிய வேளைகளில் நடந்து முடிந்து விடுகிறது. புதுப் பணியில் புது உற்சாகம் வந்தது.

பணிநிமித்தம் அவர் அந்தத் தீபகற்பத்தின் வடமேற்கிலிருந்த பழைய துறைமுக நகருக்கு வந்திருந்தார். இளமையில், முனைவர் ஆய்வைத் தொடர முடியாமல் திக்கற்று நின்றபோதும், இந்த நகருக்கே அவர் வந்திருந்தார். அப்படியான எதிர்பார்ப்பை இந்த நகரம் அவருக்குத் தந்திருந்தது. தோல்விகளைத் துடைத்து, இக்கட்டில் தனக்கு வாழ்வு தந்த அந்த நகர் பற்றிய பெருமிதம் அவருக்குள் எப்போதுமிருந்தது. பலதரப்பட்ட எதிர்ப்புகளையும் மீறியே, அவர் தென்திசை நோக்கி வந்தார். வாழ்வில் எத்தனையோ மாற்றங்கள் நடந்துவிட்டன. தவறான திருமணம், அதன் உறவுகள், பாடுகள், அதனால் ஏற்பட்ட அனுபவம். பின் மறுமணம், அதன் உறவுகள், மனைவி, குழந்தைகள். அந்த உறவுக்குள் சுகம் இருந்தது. அவர் அவர்களுக்காக உழைத்தார்.

காற்றாடி மின்சார உற்பத்திச் சாதனங்கள், அந்தப் பிரதேசத்திலிருந்து கடல் கடந்த மற்றொரு நாட்டுக்கு ஏற்றுமதி செய்வதற்கான பெயர்ச்சிமை* ஒப்பந்தத்தில் கையெழுத்திடுவதுதான், அவரது தற்போதைய பயணத்தின் நோக்கம். பேச்சுவார்த்தை முடிந்து, ஒப்பந்தம் கையெழுத்தான பின்னான மாலைக் கொண்டாட்டங்களுக்குப் பிறகு, தங்குவதற்கு ஏற்பாடாகியிருந்த நட்சத்திர விடுதிக்கு வந்திருந்தார். அந்தக் காலத்தில் அந்தத் தீபகற்பத்தைத் தன் காலனியாதிக்க நாடாக வைத்திருந்த, கதிரவன் அஸ்தமிக்காத ஆட்சி அதிகாரங்களுக்குச் சொந்தமான மன்னர், அவர் தங்கியிருந்த விடுதியின் முன்பாக அமைந்திருந்த பிரமாண்டமான வாசல் வழியாகத்தான் வந்தாராம். அது இப்போது நினைவுச் சின்னமாகி இருந்தது. ஏராளமான சுற்றுலாப் பயணிகள் இரவென்றும் பாராமல் அங்கு கூடியிருந்தபடி மகிழ்வாய் இருந்தார்கள். விடுதியின் வெளிப்புறப் பகட்டும், சிப்பந்தியரின் நுனிநாக்கு அந்நிய மொழியும் எப்போதும் போலவே அவரை வசீகரிக்கவில்லை. அறையை அடைந்ததுமே, படுக்கையில் விழுந்து தூங்கிப் போனார். தூக்கத்தில் கனவு வந்தது.

'மோசஸ் நெடுந்தூரம் நடந்து களைத்திருந்தார். உடை கிழிந்து, உடல் மெலிந்து, கண்கள் பஞ்சாடின. எதிர்க் காற்றில் மேற்கொண்டு அவரால் நடக்க முடியவில்லை. பசி மயக்கத்தில் ஒரு பாறை அருகே நின்றிருந்த, அவரது நாக்கு வறண்டிருந்தது. தன் கையிலிருந்த தடியால், பாறைமீது இருமுறை தட்டிப், பாறையை உற்றுப் பார்த்தார். தண்ணீர் வரவில்லை. அதுவரையில் அவரது மார்பை வருடிய காற்று, இப்போது ஆக்ரோசமாய் முதுகில் மோதியது. எந்தத் திசை நோக்கி நடப்பது என்று

* பெயர்ச்சிமை - *logistics*

தெரியாமலிருந்த அவரை அது பின்னிருந்து தள்ளுவது போலிருந்தது. காற்று மோதித் தள்ளிய திசையிலேயே நடந்தார். மாலை மயங்கி இரவு வந்திருந்தது. தலைக்கு மேலே விண்மீன்கள் வழிகாட்டின. நண்டுக்கால் கூட்டத்தைத் தொடர்வது நல்லது என்று சிறு வயதில் எகிப்தியத் தாய், தனக்குச் சொல்லியிருந்ததை நினைவுகூர்ந்தார். நண்டுக்கால் விண்மீன் கூட்டம் மறைந்த இடத்திலேயே கால் நீட்டிப் படுத்துக்கொண்டார். விடியலில் பறவைகளின் ஒலிகள் கேட்டன. அது ஒரு சோலை, அந்தச் சோலையில் சுனை இருந்தது. பல்துலக்கி, முகம் கழுவி சுனை நீரைப் பருகினார். உடைகளையும் நனைத்து உலர்த்திக்கொண்டார். தென்னை மரத்தடியில் விழுந்துகிடந்த தேங்காய்கள் அவர் பசியாற்றின.

திரும்பவும் நடைப் பயணம். நல்ல வெயிலில் எங்காவது ஒதுங்கலாமா என்று பார்த்தால், குத்துக்கற்கள் தெரிந்தன. அவை ஆயிரக்கணக்கில் இருந்தன. அவற்றின் மேல் கிளிஞ்சல்களின் படிமங்கள் தெரிந்தன. ஒருகாலத்தில் இப்பகுதி கடலாக இருந்திருக்கலாம். கடல் விலகிச் சென்றிருக்கிறது. பயணத்தின் திசை தெரிந்துவிட்ட ரேகைகள், அவர் முகத்தில் தெரிந்தன. மாலை நெருங்கும் வேளை, ஒரு புன்னைமரச் சோலையை அடைந்திருந்தார். கால் நீட்டிப் படுத்த சிறிது நேரத்திலேயே, தலைக்கு மேல் கடல் காகங்கள் பறந்து கடந்தன. பயணச் சோர்வால், நல்ல உறக்கம். உறக்கத்திலிருந்து காலையில் விழித்தால், மீண்டும் வழி தெரியவில்லை. எழுந்து பார்த்தால், ஒத்தையடிப் பாதை போன்ற ஒரு தடத்தில், நேர்கோட்டில், பிறந்து ஒருசில நாட்களே ஆன ஆமைக் குஞ்சுகள் வந்தபடியிருந்தன. பயண வழி துலங்கியது. தலைக்கு மேல் சூரியன் சுட்டெரிக்கிறது. எதிரே தகதகவென மணற்குன்றுகள். உயிரைப் பிடித்தபடியே நடந்தார்.

உச்சிப் பகுதியை அடைய இன்னும் சிறிது தூரமே இருக்க, தடுமாறிக் கீழே விழுந்தார். 'எனது பலத்தால் அல்ல, உனது சித்தமே நிறைவேறட்டும்' எனக் இரு கைகளையும் உயர்த்திக் கும்பிட்டுச் சொன்னார். வெளிச்சத்தில் கண்கள் கூசிப் பஞ்சாடின. ஆனாலும் விடாது, முகட்டை நோக்கித் தவழ்ந்தார். எழுந்து நிற்க முயன்று தோற்றுப்போனார். எதிரே கண்கொள்ளாக் காட்சி விரிந்தது. பாலும் தேனும் பொழியும் கானான் தேசம் கண் முன்னால் இருந்தது.'

16

அந்தப் பிரதேசத்தின் தென் கிழக்குப் பகுதியிலிருந்த தீவு ஒன்றில், அவருக்கு ஒரு காடு இருந்தது. அது கடலின் அருகே இருந்தது. 1930 களில் சீன அரசியல் மாற்றத்தின் பின்னணியில் ஒரு எளிய விவசாயியின் வாழ்வு குறித்து அமெரிக்கப் பெண் எழுத்தாளரான பெர்ள் எஸ். பக் எழுதிய, 'தி குட் எர்த்' என்ற நாவலைப் படித்ததுதான், அந்த இடத்தை அவர் வாங்குவதற்கான காரணம். குடியிருப்பு, நகர்மயமாக்கல், முன்னேற்றம் என்ற பெயரில் விவசாய நிலம் இல்லாச் சூழல் வந்து உணவுப் பஞ்சமும் வரும், பசியாற்றுவதற்கு ஒரு துண்டு நிலமாவது வேண்டுமென்ற எண்ணத்தி லேயே அந்தக் காட்டை வாங்கிப் போட்டிருந்தார்.

அந்தத் தீவில் அவருக்கு ஒரு நண்பர் இருந்தார். அவரது முதல் புத்தகம் படித்துவிட்டு, நண்பர் எழுதிய கடிதம்தான் உறவின் ஆரம்பம். நண்பரைப் பார்ப்பதற்காகவே அந்தத் தீவிற்கு அடிக்கடி வந்தவர், தீவின் அழகில் மயங்கி வாங்கிய இடம்தான் அது. மீன் வியாபாரியான நண்பரது மொழிப் புலமையும் சமூக அக்கறையும் உறவை இன்னும் நெருக்கமாக்கின. நண்பரோடு அளவளாவுவதற்காகவே, அவர் நெடுந்தூரம் பயணித்து அந்தத் தீவுக்கு வருவது வழக்கமாய் இருந்தது. நண்பரின் குடிசை வீடும் சொர்க்கமாய் இருந்தது. மாலைப் பொழுதுகளில், அளவான மது அவர்களது உரையாடல்களை இனிமையாக்கியது. நண்பர் வீட்டிலிருந்து பாசநேசமாய்ச் செய்து கொண்டுவரும் வாவல்மீன் அவியலும் பழைய கஞ்சியும் அவருக்கு அமிர்தமாய் ருசித்தன. அந்த நண்பருக்குள் மனிதம் இருப்பதை, சாதி, மத, அரசியலற்ற கருணை இருப்பதையும் அவரால் உணர முடிந்தது. ஒரு முறை அவர் அந்தக் குடிசைக்கு வந்திருந்தபோது நண்பர் சோகமாய் இருந்தார்.

நண்பரே அதற்கான காரணத்தைச் சொல்லட்டும் எனக் காத்திருந்தார்.

மீன் வியாபாரத்திற்காக நண்பர், தீவிலிருந்த பாலத்தின் வழியாகப் பிரதான நிலப்பரப்பின் கடற்கரைக்கு வருவது வழக்கமாம். ஒரு வாரத்துக்கு முன்னால் இப்படியான பயணம். பாலத்தின் இறக்கத்தில் புள்ளியாய்த் தெரிந்த ஒரு உருவம், அருகில் வரவரச் சிறுமியாய் தெரிந்தது. 'தீவுக்கு வேலைக்கி போறா போல. . . யாரு பெத்த புள்ளையோ, சிலோன் அகதிகள் முகாமுல இருந்து ஓட்டமும் நடையுமா வாறா.உயிர் பிழைத்துக் கிடக்கலாம் எனத் தொப்புள்கொடி உறவு தேடி வந்ததுவ வாழ வழியில்லாம அலையிது. அப்புடியே எம்பொண்ணுமாரி இருக்காள, என்ன கஷ்டமோ கடவுளே. இந்தப் புள்ளைய பாலத்தக் கடத்திக் கொண்டு போய்விடலாம், ஆனா கடக்கரையில ஏலம் முடிஞ்சி போயிரும. . .'

கண்களில் இயல்பாய்க் கசிந்த கண்ணீரைத் துடைத்த படியே நண்பர், அவளைக் கடந்துபோனாராம். கடற்கரையில் ஏலம் எடுக்கும் வேளையிலும் திரும்பத்திரும்ப அந்தச் சிறுமியின் நினைப்பு மனதில் அலை மோதியபடியே இருந்தது. இறைவன் இன்று அளந்தது அவ்வளவுதான் என்றபடி நண்பர் வீடு திரும்ப மதியத்துக்கு மேல் ஆகியிருந்தது. நல்ல பசி வேறு. வீட்டை நெருங்கினால் வாசலில் அதே சிறுமி.

"அக்கா, சித்தாள் வேல பாக்கும்போது கண்ணுல சிமெண்ட் விழுந்திரிச்சி கண்ணுவலி தாங்குல. ரெண்டு சொட்டுத் தாய்ப்பால் தாங்கக்கா" கெஞ்சுகிறாள். உள்ளத்தில் பொங்கிவந்த கருணையை அடக்கமுடியாமல் வீட்டுள்ளே பார்க்கிறார். பேறுகாலமாகி ஒரே பிரசவத்தில் ஆணொன்றும் பெண்ணொன்றுமாய்ப் பெற்றிருந்த மகள், மார்புச்சேலையை விலக்கியவாறே சிறுமியை வீட்டுக்குள் அழைக்கிறாள். அடுப்பங்கரையிலிருந்து கையில் சிறுகிண்ணத்தோடு அவர் மனைவி. மனசெல்லாம் நிறைந்து வழிய, வீட்டு உள்ளே நுழைகிறார் நண்பர். தற்செயலாய் உள் அறைகுள்ளிருந்து வெளியே வந்து சிறுமியைக் கண்ட அவரது மருமகனோ, "புள்ளயளுக்கு வச்சிருக்க பாலப்போயீ. . ." என்றவாறே சிறுமியை விரட்டுகிறான். சிறுமி மிரண்டு ஓடுகிறாள். கண்மூடித் திறப்பதற்குள் சம்பவம் நடந்து முடிந்துவிடுகிறது. யாரிடமும் எந்த அனக்கமும் இல்லை. ஏறிட்டுத் தன்னைப் பார்த்த மனைவியின் விழிகளில் ததும்பிய கண்ணீரைப் பார்த்த மருமகன் திரும்பினால் மாமனார், மாமியார் இருவர் கண்களிலும் அதே கண்ணீர். தவறை உணர்ந்தவனாய்ப் பதற்றத்தோடு தெருவுக்கு ஓடிப் பார்க்கிறான், அந்தச் சிறுமியோ அங்கிருந்து மறைந்துபோனாள். கையறு

நிலையில் செய்வதறியாது திகைத்துநின்ற மொத்தக் குடும்பத்தின் நிசப்தமான நிமிடங்களைக் குழந்தைகளின் அழுகுரல்களே கலைத்தன.

மனம் சுக்குநூறாய் உடைய இரண்டு நாளாய் நண்பருக்குச் சாப்பாடும் தூக்கமும் இல்லாமல் போனதாம். இரவுகளில் "நான் பசியாய் இருந்தேன், எனக்கு நீங்கள் உணவு கொடுக்கவில்லை, தாகமாய் இருந்தேன், நீங்கள் என் தாகத்தைத் தணிக்கவில்லை, நோயுற்றிருந்தேன் என்னைக் நீங்கள் கண்டுகொள்ளவில்லை . . .' என்ற புலம்பல்.

"இன்னக்கிம் அந்தச் சின்னப் பிள்ளையோட உருவம் என்னைப் பாடாய்ப் படுத்துதண்ணன்."

"எளிய மனதோர் பேறு பெற்றோர்" என்று அவர் நண்பரைப் பார்த்துச் சொன்னார்.

". . ."

"நீங்க யாரோ எவரோ, அந்தப் பிள்ளையையும் தற்செயலாப் பாத்ததுதான், ஆனாலும் மனசு பாடாப் படுத்துது பாத்தீங்களா! அதுதான் தச்சன் மகன் சொன்ன, தன்னை நேசிப்பதுபோல் தன் அயலானையும் நேசிப்பது. சகிப்பது வேறு, ஏற்றுக்கொள்வது வேறு, தன்னைப் போலவே அயலானையும் நேசிப்பது இரண்டையும் தாண்டிய பேரன்பு, பிரபஞ்சப் பேரன்பு."

"அகதிகள் முகாம்ல உள்ள பிள்ளை அண்ணன். இந்தப் பிள்ளையமாரி எத்தனை பிள்ளைகள் இப்படி நிர்க்கதியா நிக்கிதோ! புத்தனோட வழியப் பின்பற்றுறவன்னு சொல்லுறவம், பழி பாவத்துக்கு அஞ்சமாட்டேங்குறாம்."

"எந்த மத நம்பிக்கையும் மனிதனோட துயர் துடைக்கப் பயன்படுறது இல்ல, பாத்தீங்களா . . .!"

". . ."

"ஆன்மீகம் வேற, நிகழ் இருப்ப தக்க வைக்கிறது வேற."

"அதக் குழப்பித்தான் பலநூறு வருசமாச்ச. இங்க வீரம் கடலுக்குள்ள மட்டும்தான். சமவெளி சார்ந்த பொருளாதார, அரசியல் பிரச்சன நம்ம மக்களுககுப் புரியல."

"எப்ப புரியும்!"

"இளைய தலைமுறைக்கி இந்த அழுத்தம் புரியிது, வெளிய வர முயற்சிக்கிறாங்க. ஒரு பஞ்சாயத்துத் தலைவராகவாவது ஆகணுமிங்கிற ஆச துளிர் விட்டிருக்கு."

"பார்க்கலாம்."

அன்று நிறைந்த அமாவாசை. இருவரும் பொடிநடையாக நடந்து, வடகடல் பக்கமிருந்த அவரது காட்டுப் பக்கம் வந்திருந்தார்கள். பனைமரங்களிலிருந்து கீழே விழுந்திருந்த பழங்கள், சுகந்த மணம் பரப்பியபடி இருந்தன. இரவாகி விட்டதால் இங்கேயே இரவைக் கழிக்கலாமா என நண்பர் கேட்க, அவர் மறுப்பேதும் சொல்லவில்லை. பட்டு மணலில் படுத்ததும், நண்பர் உறங்கிப்போனார். சோர்வில் நல்ல குறட்டை வேறு. அவருக்கோ தூக்கம் வரவில்லை. எழுந்து கடலுக்குள் வந்திருந்தார். ஏதோ ஒரு சக்தி அவரை உந்தித் தள்ளி, அங்கு கொண்டுவந்தது போலிருந்தது. வடகடல் அமைதியாய் அரவமற்றுக் கிடந்தது.

காற்றசைவில் அதன் மேலெழும்பிய சிற்றலைகள், கரைகளில் விளிம்பு மடக்கியபடி இருந்தன. கடலுள்ளே மெதுவாக நடந்து, பவளப்பாறைகள் இல்லாத மணற்பாங்கான இடத்தை அடைந்து, தலை மட்டும் வெளியே நீட்டியபடி, உடலனைத்தும் நீருள் மூழ்கியிருக்கும்படி சாய்ந்திருந்தார். கடல்நீர் வெதுவெதுப்பாய், வெளிக் குளிருக்கு இதமாய் இருந்தது. கடல் மேல் காற்று அசைவது மிதமாய்க் கேட்டபடி இருந்தது. சிலவேளைகளில் கடலில் காற்று கரைவதையும் பார்த்திருக்கிறார். மேகமற்ற வானத்தில் நட்சத்திரங்களைத் தவிர வேறு எதுவுமில்லை. சிறிது நேரத்தில் காற்றும் இல்லாமலாகி, நிச்சலனமாய் இருந்தது. கண்களை மூடியபடி கடல்நீரின் அரவணைப்பிலிருந்தார். அமைதியின் உள்ளிருந்து மௌனமொழி கேட்டது. சிறு வயதில், அவர் வேப்ப மரத்தோடு பேசியதும் நினைவுக்கு வந்தது.

"என்னை உணருகிறாயா?"

மனச்சலனமாய் இருக்கலாம் என்று நினைத்தபடியே அமைதியாக இருந்தார்.

"என்னை உணருகிறாயா, நான் வடகடல் பேசுகிறேன். உன்னோடு பேச, ஒரு தகுந்த பொழுதுக்காக நான் காத்துக் கிடந்தேன்."

"அப்படியா . . ."

"உனக்குக் கடல் மொழி தெரியும் என்று எனக்குத் தெரியும்."

"எப்படி?"

"நீயும் நானும் இப்பிரபஞ்ச வாழ்வின் அங்கங்கள். உன் வலியை நான் உணர்கிறேன். என் வலியை நீ உணர்ந்தும் கண்டு கொள்வதில்லை. காரணம், உனக்கு ஆயிரம் கவலைகள்."

“கவலைகளில் நான் மூழ்கிப் போய்விடுவது உண்மைதான்.”

“ஒரு காலத்தில் எவ்வளவோ உயிர்த் துடிப்போடு நான் இருந்தேன். இந்தப் பவளப்பாறைகளில் மீனினங்கள் பூத்துக் குலுங்கின. இன்றோ நான் மலடாக்கப்பட்டு விட்டேன். ஆனாலும் உயிர் இருக்கிறது.”

“உனக்கும் கவலை வந்துவிட்டது.”

“நான் சொல்வதைக் கவனமாகக் கேள்.”

“சொல்.”

“இந்த மக்கள் தென்கடலில் வதைபட்டு வந்தபோது அவர்களுக்கு நான்தான் வாழ்வளிக்கப் பணிக்கப்பட்டிருந்தேன். என் கரைகளில் பாளையம் இறங்கித் தங்கினார்கள். எங்கு பார்த்தாலும் இரைத்தாவும், புள்ளுப் பாய்ச்சலுமாய்க் கிடந்தது. தென்கடலில் கணியம் வைத்து, மடைதேடி அலைந்தவர்களுக்கு, பாசி படர்ந்து முழுவதுமே மடையாய்க் கொழித்த, என்னைப் பிடித்து போனதில் ஆச்சர்யம் இல்லை.”

“. . .”

“எங்கும் பொடிமீன்களான நெத்தலி, சாளை, பேய்ச்சாளை, ஓராவைத் துரத்திய கொழுது, பாறை, கட்டா, செரையா, செங்கனி, சுறா, நெய்மீன் சீலா, கட்டிக்காளை என அடிமீன்கள். அள்ள அள்ளக் குறையாமல் புலிறால், வெள்ளைறால், பூவாளை இவற்றோடு நண்டு, கணவாய், திருக்கை வகைகளும் இங்கு ஏராளம். பலவிதமான மீன்களை வாரிக்கொடுத்து இன்புற்றிருந்தேன். இவர்களின் பேராசை என்னை மலடாக்கி யிருக்கிறது.”

“. . .”

“இந்தப் பகுதியின் மீன்பிடிப்புக்குச் சம்பந்தமே இல்லாத, இழுவைமடித் தொழில்நுட்பத்தைப் பயன்படுத்துகிறார்கள். என் பவளப் பாறைகளை அடித்து நொறுக்கி, மீன்களை இனப்பெருக்கம் செய்யவிடாமலும் ஆக்கிவிட்டார்கள்.”

“. . .”

“இன்று என் உயிர்நாடியை நான், தக்க வைத்துக்கொண் டிருக்கும், கிழக்குப் பகுதிக்கும் இவர்கள் வருகிறார்கள். படைதிரட்டி வருகிறார்கள். அது அடுத்த நாட்டின் எல்லை என்று தெரிந்தும் வருகிறார்கள். அங்கும் அதே கொல்லி மடியைக் கொண்டுவருகிறார்கள். இவர்களின் தேவைக்கு என்னால் பசியாற்ற முடியும், பேராசைக்கு அல்ல.”

"..."

"கிழக்குப்புற நாட்டு மக்கள், என்னைத் தங்கள் தாயாய் பாவிக்கிறார்கள். சிலவேளைகளில் மனித ரத்த வாடை வீசுகிறது. வாழ்வாதாரத்துக்காகக் கொலை செய்வது முறையல்ல என்பது, எனக்குத் தெரியும்".

"அதை ஏன் என்னிடம் கூறுகிறாய்?"

"நீயாவது அவர்களிடம் சொல்."

"நான் சொன்னால் அவர்களின் எதிரியாவேனே."

"இந்த உண்மையைச் சொல்லாவிட்டால் மட்டும் உன்னைக் கொண்டாடவா போகிறார்கள். ஏதோ ஒரு தீவைக் கொடுத்துவிட்டதால், இவர்களது வாழ்க்கை பறிபோய் விட்டதாக உங்கள் அரசியல்வாதிகள் கூச்சலிடுகிறார்கள். அந்தக் கூச்சலில் உண்மையில்லை என்று உனக்கும் எனக்கும், பாதிப்படைவதாகச் சொல்லப்படுபவர்களுக்கும் தெரியும்."

"..."

"வாழ்வாதாரம் அந்தத் தீவிலில்லை, அதனினும் கிழக்காக இருக்கிறது என்பதுதானே உண்மை. அங்கு பாரம்பரிய முறைப்படி மீன்பிடிக்கலாமே!"

"இந்த உண்மை பாதிப்படைவதாகச் சொல்லப்படுபவர் களுக்கும் தெரியும்தானே!"

"உண்மையான கடலோடிக்குத் தெரியும். நடிப்பவர் களுக்கும் தெரியும். ஆனால் பொய்யிலே குளிர் காய்ந்துகொண் டிருப்பார்கள்."

"இவர்கள் பக்தி சிரத்தையாக வழிபடும் கடவுளுக்கும் புனிதர்களுக்கும் தெரியும்தானே!"

"யார் கடவுள்?"

"ஆலயங்களுக்குச் செல்கிறார்களே! ஜெபிக்கிறார்களே, திருவிழா நடத்தி வழிபாடுகளில் கலந்துகொள்கிறார்களே! அங்கு பிதாவாகிய சர்வேஸ்வரனும், சுதனாகிய சர்வேஸ்வரனும், பரிசுத்த ஆவியானவரும், புனிதர்களும் குடிகொண்டிருப்பதாய் நம்புகிறார்களே!"

"தச்சன் மகன் சொன்னது உனக்குத் தெரியாதா."

"ஏன் அவரை இழுக்கிறாய்?"

"இந்த உலகில் பிறந்த மனிதர்களில் முழுமனிதனாக, இந்தப் பிரபஞ்சத் தந்தையின் குமாரனாக வாழ்ந்தவர் அவர்தான்."

"என்ன சொன்னார்?"

"நீங்கள் என் தந்தையிடம் வேண்டும்போது வெளிவேடக்காரராய் இருக்க வேண்டாம். அவர்கள் ஆலயங்களிலும் வீதியோரங்களிலும் நின்றுகொண்டு மக்கள் பார்க்க வேண்டுமென ஜெபம் செய்கிறார்கள். அவர்களுக்கு அய்யோ கேடு. நீங்கள் வேண்டும்போது, உங்கள் உள்ளறைக்குச் சென்று, கதவை அடைத்துக்கொண்டு மறைவாய் உங்கள் தந்தையை நோக்கி வேண்டுங்கள். மறைவாய் உள்ளதைக் காணும் உங்கள் தந்தையும் உங்களுக்கு கைமாறு அளிப்பார்"

"..."

"மற்றவர்கள் பார்க்க நீ ஜெபிப்பது அவரிடம் சென்று சேராது. மாறாக அது உனக்கு இடையூறாகவே முடியும்."

"ஆலயத்துள் அப்படி என்ன இடையூறு வந்துவிடப் போகிறது?"

"தெரியாமல்தான் பேசுகிறாயா? இப்போதெல்லாம் உங்கள் ஆலயங்களில் யார் ஜெபிப்பதற்காக வருகிறார்கள்? தங்கள் செல்வச் செழிப்பைக் காட்டிக்கொள்வதற்காகவும், வம்பு பேசுவதற்காகவும் வருகிறார்கள்."

"..."

"இந்தத் தீவின் பழமையான ஆலயத்தைப் பாதிரிகள் இரண்டாக்கியது உனக்குத் தெரியாதா? பாதிரிகள் தங்கள் சுயநலத்திற்காக, மக்களைத் தூண்டிவிட்டுப் பிரித்தார்கள். தங்களைப் பிரித்து வேலைவாய்ப்பு மையங்களைப் பாதிரிகள் உருவாக்குவதை மக்கள் உணரவில்லை. இந்தப் பாதிரிகளுக்கும், அந்தக் காலத்தில் கைபர், போலன் கணவாய் வழிவந்து, இந்தத் தீபகற்பத்து மக்களைச் சாதிகளாய்ப் பிரித்தவர்களுக்கும் அதிக வித்தியாசம் இல்லை."

வெகுநேரம் கடலுக்குள் இருந்ததாலும், வடகடல் சொன்ன செய்திகளாலும் அவரது உடல் நடுக்கம் கொண்டிருந்தது. எழுந்து நண்பர் உறங்கியபடியிருந்த பனைமரத்தடிக்கு வந்திருந்தார். விடியும் வரை உறக்கமில்லை. வடகடல் சொன்ன செய்திகள், அவரை உறங்க விடவில்லை. அந்தக் காட்டில், அவர் தன் சிறுவயது நினைவுகளில் மூழ்கினார்.

யாத்திரை

‘ஆழ்கடல் வேட்டம் சென்றிருந்த தாத்தாவின் வரவை எதிர்நோக்கிக் கடலோரம் காத்திருந்தாள் பாட்டி. அவளது முந்தானையைக் கவ்வியபடியே அவன் நின்றிருந்தான். கெழுகடல் செல்வியாய்க் கரை நின்றாங்கு காவல் செய்யும் கன்னிக்குமரியின் மனப்படிமம் பாட்டி. தூரத்தில் தொடுவானம் தெரிகிறது, கிழக்கே கதிரவன் தன்கதிர் விரித்துக் கிளம்புகிறான். கிழக்குக் கடற்பரப்பே தங்கமாய் மின்ன, தென்மேற்கே சோழவெலங்கில் கருநீல வண்ணத்தில் அழகு காட்டுகிறது கடல். மேகக் கூட்டத்தில் ஒளிச் சிதறல். சொக்கிப்போய் நிற்கும் அவனை உசுப்பி, தொடுவானில் குச்சுகுச்சாய்த் தெரியும் கட்டுமரங்களைக் காட்டுகிறாள் பாட்டி.

‘குச்சுகுச்சாய்த் தெரிந்த கட்டுமரங்கள், இப்போது முக்கோணங்களாய் மாறிக் கரைதேடி வருகின்றன. கரையேகும் அந்தக் கட்டுமரக் கூட்டத்தின் நடுவே, செம்பழுப்பாய்ப் புடைத்துப் பறந்துவரும் பஞ்சுப் பாய்மரம் தாத்தாவுடையது. காற்று மாறியதோ என்னவோ, நேர்சீராகக் கரைதேடி வந்தவை மாறவைத்து ஓடுகின்றன. சோழக்கொண்டல் மாறி இப்போது வாடைக்கொண்டல், பாயைத் தட்டி வைத்துத் தட்டிவைத்து ஓடுகிறார்கள். காற்றும் அயர்ந்து பாய்கள் சள்ளையடிக்க, அவர்கள் துளவைகளால் துடுப்பதும் தெரிகிறது. தாத்தாவின் கட்டுமரம், கடலில் மூழ்கி மிதந்தபடியே ஆழிகடந்து கரையேறுகிறது. தெம்மாந்துக் கரையில் நடக்கிறார் தாத்தா, இளநகை பூக்கிறாள் பாட்டி. ஓமல் நிறைய பன்னாவும் பாறையும் குதிப்பும். கோட்டுமாலுக்கு உள்ளிருந்து வெள்ளி வெள்ளியாய்த் துருத்தியபடி மின்னுகின்றன மீன்கள். வலையோடு வாங்கி வைத்திருக்கிறார்கள்.

‘கரையில் கடல்வேட்டம் சென்ற தலைவனின் வரவை எதிர்நோக்கித் தவமிருக்கிறாள் தலைவி, அவளைத் தன் பேராளுமையால் ஒவ்வொரு கணமும் வென்றுவிடத் துடிக்கிறான் தலைவன். கரைப் பாறைப் பகுதியில், சிங்கி இறால்களோடு மதனமும், குருவலையும் பிடிபடும் காலம். கரைவிட்ட கட்டுமரங்களில் ஒன்றிலிருந்து கோட்டுமால் நிரம்பச் சிங்கிறால்களைத் தோளில் சுமந்துபோகிறார் ஒருவர், மற்றவரோ அதுபோலான கோட்டுமாலில் ஒற்றைச் சிங்கி றாலோடு சோகமே உருவாக வருகிறார். ஒருவீட்டில் மகிழ்ச்சி, மறுவீட்டில் கோபம். ஒரு சிங்கிறால் கொண்டுவந்தவரின் மனைவி, அந்த ஒற்றைச் சிங்கிறாலை தெருவறிய எடுத்துவந்து, கழிந்த விளக்குமாறால் ‘ஒத்தையா வருவியா சனியனே’ என்றபடியே விளாசுகிறாள். கூனிக்குறுகி அமர்ந்திருக்கிறார், ஒற்றைச்

சிங்கிறாலோடு வந்தவர். விழுந்த அடி யாருக்கென்று அவருக்கும் ஊருக்கும் தெரியும்.'

வடகடல் நினைவுகளோடே அவர் ஊருக்குத் திரும்பி யிருந்தார். ஆழமாய் யோசித்து, அறிக்கைகள் தயாரித்து அரசுக்கும் பத்திரிகைகளுக்கும் அனுப்பினார். அவருடைய எதிர்ப்பாளர்களோ, அவரைப் பழிதீர்ப்பதற்கு, மற்றொரு வாய்ப்புக் கிடைத்துவிட்டதாகக் கொண்டாடினார்கள். சமூகம் சார்ந்த அவரது எழுத்துப் பணி, குடும்ப உறவிலும் சிக்கலை ஏற்படுத்தத் தலைப்பட்டது.

"எப்போதும் வேலை, சமூகம், படிப்பு, எழுத்து என்றே இருக்கிறாய், குடும்பம் ஒன்று இருப்பது உனக்குத் தெரியுமா?" எனக் கேட்டாள் மனைவி. பேரிடியாய் வந்துவிழுந்த கேள்வியில், அதிர்ந்துபோனார். குடும்பம் என்ற அமைப்புச் சிதறாமல் தொடர வேண்டுமானால், வீட்டில் கண்ணிருந்தும் குருடனாய், காதிருந்தும் செவிடனாய் மாறிப்போவதைத் தவிர வேறு வழியே இல்லை என்பது அவருக்குப் புரிந்தது.

17

பணித் தளத்தில் தீவிரமாய் இயங்கியதற்கும், சமூகம் சார்ந்து செயல்பட்டதற்கும், எழுத்துப் பணிக்கும், மனைவி அவர் பேரில் வைத்திருந்த நம்பிக்கையே காரணமாய் இருந்தது. பரஸ்பரப் புரிதலில் இருவரும் ஈருடல், ஓருயிராய் இருந்தார்கள். மனைவியைப் பொறுத்தவரையில் வீட்டில் அரிசி, புளி, மசால, உப்பு, காய்கறிகள் எப்போதும் குறைவில்லாமல் இருக்க வேண்டும். பிள்ளைகள் படிப்பிலும் எந்தக் குறையும் வந்துவிடக் கூடாது. அவளுக்கான சிறிய உறவு வட்டத்துக்குள் மகிழ்வாகவே இருந்தாள். சமீபத்தில் இறந்திருந்த அவளது மூத்த சகோதரியின் மரணம், அவளை வெகுவாகவே பாதித்திருந்தது. அக்காவோடு, சிறுவயதில் அவர்கள் தாய், தந்தையோடு மகிழ்ந் திருந்த தருணங்களைப் பற்றி உரையாடுவது அவளுக்குப் பிடித்தமான பொழுதுபோக்கு. அக்காவின் மரணமும் அதனால் ஏற்பட்ட தனிமையுமே அவளது கவனம், கணவனை நோக்கித் திரும்புவதற்கான காரணம்.

எப்போதும் வேலை, எழுத்து, சிந்தனை என்றிருக்கும் கணவனிடம் எதைப் பேசுவது, சிரித்து மகிழ்வது எனத் தனக்குள்ளேயே புழுங்கினாள். புழுக்கம் மன அழுத்தமாகிச் சின்னச்சின்ன விசயங்களுக்காகப் பிள்ளைகளிடம் கோபப்பட வைத்தது. பின் அதுவே, கணவனின் நடத்தையிலும் சந்தேகப்படும்படி வந்துநின்றது. அவருக்கோ மனைவியின் நம்பிக்கைதான் அனைத்திற்குமான ஆதார சுருதி, பலம் எல்லாம். அந்த நம்பிக்கை கேள்விக்குறியானபோது, உலகமே அவரைப் பார்த்து, எள்ளி நகையாடுவது போலிருந்தது. கட்டிய மனைவியைச் சந்தோசமாக வைத்திருக்கத் தெரியாதவன், மக்கள் நலன் பற்றிப் பேசுகிறான் என ஏளனம் செய்வார்களே எனப் பதறினார்.

இடைவிடாத சிந்தனைகள், அவரைத் தளர்ச்சியடையச் செய்து, அதிகாலை விழிப்பு, சுறுசுறுப்பான செயல்பாடுகள் அனைத்தையும் இல்லாமலாகியிருந்தன. சுதந்திர உணர்வு தளர்ந்து, எதைச் செய்தாலும் கேள்விகள் வருமோ என்ற பயமே அவரை ஆட்டிப் படைத்தது. குடும்பத்திலும் பணித் தளத்திலும் முடிவுகள் எடுப்பது தடுமாற்றம் கண்டது. முகப்பொலிவும் மறைந்துபோனது. அன்று காலையில் காப்பி தம்ளரோடு, எதிரே மகள் நின்றிருந்ததுகூடத் தெரியாமல் விட்டத்தைப் பார்த்தவாறு இருந்தார். அவரை உசுப்பிய மகள் சொன்னாள்,

“அப்பா, எப்போதும் எதையோ பறிகொடுத்ததுபோல இருக்கிறாய். சதா சிந்தனை வேறு. எங்களுக்கு, எங்கள் பழைய அப்பா வேண்டும்.”

மகளைக் கனிவோடு பார்த்தார், மகனும் அங்கு வந்திருந்தான். அவரது கண்களின் கடையோரம் அரும்பிநின்ற கண்ணீரை மகள் துடைத்தாள். குழந்தைகளை வளர்ப்பதிலும் அவருக்கென்று தனிக்கொள்கை இருந்தது. மரியாதையான அழைப்புகள், உறவை அந்நியப்படுத்தும் என்பதால், அதைத் தவிர்க்கச் சொல்லியிருந்தார். கல்விச்சாலைகளில் சேருவதற்காக அவர்களுக்குக் கத்தோலிக்க முறைப்படி ஞானஸ்நானம் எடுத்துப் பெயரிட்டதோடு சரி. அவர்கள் சுதந்திரமாய் வளர்ந்தார்கள். கடவுள், ஆன்மீகம் போன்றவை அவர்களுள் இயல்பாகவே குடியேற வேண்டும் என்பது அவரது திண்ணமான எண்ணமாய் இருந்தது.

இறந்துபோன, மூத்தோர் பற்றிய நினைவுகளைப் போற்றுவது நல்லது என்பதுபற்றி மட்டும், வாய்ப்புக் கிடைக்கும் போதெல்லாம் அவர்களுக்குப் புரியவைத்தார். கண்ணுக்குத் தெரியாத கடவுளிடம் நம்பிக்கை வைப்பதைக் காட்டிலும், தங்கள் வாழ்க்கைக்கான பாதையை நெறிப்படுத்திய முன்னோரை, நினைத்து, மதித்து வாழ்வதன் அவசியம் குறித்து அவர்களிடம் தொடர்ந்து பேசினார். மொழி, குடும்பம், சமூகம், தொழில்நுட்பம், வாழ்வாதாரம், நம்பிக்கை, சித்தாந்தம், அரசியல் என எல்லாமே முன்னோரின் கொடை. கடவுள் இதுவரை நம் கண்முன்னே தோன்றி அதிசயங்களைச் செய்ததில்லை, முன்னோர் செய்திருக் கிறார்கள், சிக்கலான சமூக, அரசியல், பொருளாதாரச் சூழல்களில் அவர்கள் வாழ்ந்து காட்டியிருக்கிறார்கள். வையத்தில் வாழ்வாங்கு வாழ்ந்த அவர்களைக் கையெடுத்துக் கும்பிடுவதில் தவறில்லையே, நாம் நம் முன்னோரைக் கும்பிடுகிறோம், நம் தலைமுறைகள் நம்மைக் கும்பிடலாம்! இதற்கும் கற்பனையான மத நம்பிக்கைகளுக்கும் எந்தத் தொடர்பும் இல்லை என அவர்களுக்கு உணர்த்தியிருந்தார்.

பிறந்த ஊர் வரும்போதெல்லாம், தென்கோடியில் இருந்த குமரியைத் தரிசிக்கக் குடும்பத்தோடு வந்தார். பிதாவாகிய சர்வேஸ்வரனையும் மரியாளையும் புனிதர்களையும் நாச்சியார் அம்மனையும் சந்தனமாரியையும் அவர்கள் வாஞ்சையோடு கையெடுத்துக் கும்பிட்டார்கள். முன்னோர் வழிபாடு குழந்தைகளுக்கும் பிடித்துப் போனதில் அவர் மகிழ்ந்தார். சமீபத்தில் மரித்திருந்த அவரது அய்யாவும் அவர்களின் நினைவுகளில் தெய்வமானார். குழந்தைகள் இருவரும் வளர்ந்து, பதின்பருவ வயதைக் கடந்திருந்தார்கள்.

மகனுக்கோ வாழ்க்கை ஒரு போராட்டம், ஆனால் மகளுக்கோ அதுவே கொண்டாட்டம். இருவரும் இரண்டு துருவங்கள். மகளுக்கு மலர்களில், உடைகளில், அழகுசாதனப் பொருட்களில் இன்னும் சமையலில் ஆர்வம். எப்போதும் நட்புகளோடு இருக்க விரும்புவாள். பொருளாதாரம் படிக்கும் அவள், உடையலங்காரம், பங்குச் சந்தை, இணையவழி சந்தைப்படுத்தல் எனப் பல நவீன வியாபார நுணுக்கங்களையும் தெரிந்துவைத்திருந்தாள். பொறியியல் படிக்கும் மகனுக்கோ, எப்போதும் படிப்பும், ஆராய்ச்சியும் தத்துவார்த்த விசாரணையும். சிலவேளைகளில் கால்பந்து விளையாடவோ, நீச்சலடிக்கவோ போய்வருவான். கூச்ச சுபாவம் உள்ள அவனுக்கு நண்பர்கள் அதிகமில்லை. சாப்பாட்டில் கண்காணிப்பாய் இருப்பான். இளைஞர்களிடம் அதிகரித்து வரும், ஒபிசிட்டி குறித்த அச்சம் அவனுக்கு இருந்தது. கடந்த காலங்களில், தொடர்ச்சியாய்க் குழந்தைகளோடு உரையாடி இருந்தாலும், அன்றைய பொழுதில் அது அவருக்குத் தேவையாய் இருந்தது.

“நான் யாரப்பா, எந்த மதம்?” மகள் கேட்டாள். தனது கவனத்தைத் திசை திருப்பவே, மகள் அப்படி ஒரு கேள்வியைக் கேட்கிறாள் என்பது அவருக்குப் புரிந்தது.

“எதற்காக இந்தக் கேள்வி என நான் தெரிந்துகொள்ளலாமா?”

“கல்லூரியில் ஆசிரியர்கள் அடிக்கடி இந்தக் கேள்வியைக் கேட்டு என்னைத் துன்புறுத்துகிறார்கள்.”

“ஆசிரியர்களுக்கு வேறு வேலையில்லையா? நான் மதமற்றவள், முன்னோரை வழிபடுபவள் என்று சொல்லிவிடு.”

“எனக்கான இலக்கு எது அப்பா?” மகன் கேள்வியை மாற்றினான்.

“உனது இலக்கை நான் எப்படி அறிய முடியும்! எது உனக்கு உவகை அளிக்கிறதோ, அதை நோக்கி நீ பயணிக்கலாம். ஆனாலும் உனது இலக்கை நீதான் அறிய முடியும்.”

"வரலாற்றில் இடம்பெற நான் என்ன செய்ய வேண்டும்?"

"ஒரு ஜப்பானிய ஹைக்கூ கவிதை சொல்கிறேன் . . ."

"கவிதையெல்லாம் வேண்டாம்."

"பழைய குளம், தவளை குதித்தது, சத்தம் வந்தது."

"புரியவில்லையே!"

"என் புரிதலில் சொல்கிறேன். உலகம் பழைய குளம். எல்லோரும் சம தகுதியோடு குதிக்கிறோம். சிலர்தான் சத்தம் எழுப்பினார்கள்."

". . ."

"குதித்த நீ வெறும் கல்லா, உணர்வுள்ள உயிரா. . .!"

"பார்க்கலாம்" என்றான் மகன்.

". . ."

"ஞானம் என்றால் என்னப்பா?"

"அறிவும் அனுபவமும் இணையும் ரஸவாதம். அது தன்னுர்வால் கிடைப்பது. அதைப் பள்ளியிலோ புத்தகங்களிலோ அல்லது என்னிடமிருந்தோ ஆசிரியரிடமிருந்தோ பெற்றுக் கொள்ள முடியாது."

"அறிவு?

"கற்பதனாலும் கேட்பதனாலும் வருவது. செய்திகளைப் போன்று அது உன் மூளையில் சேகரமாகும். அறிவுப்பசியே தேட வைக்கும். தேடலும் இயல்பாய் வர வேண்டும்."

"மொழி?"

"உரையாடலுக்குப் பயன்படும் ஒரு சாதனம்."

"பேசுவதற்கு மட்டும்தானா!"

"பேசுவதற்கு, எழுதுவதற்கு, சிந்திப்பதற்கு . . . உன் தாய் மொழியிலதான் உன்னால் இயல்பாகச் சிந்திக்க முடியும். அதுவே வேற்று மொழியில் சாத்தியமில்லை."

"வேற்று மொழியில் பேசுவதுதான் அறிவு என்கிறார்கள்!"

"தெளிவற்றவர்களின் பேச்சு. நீ வேற்று மொழி பேசுகையில், உன் தாய் மொழியிலிருந்தே அதை மொழிமாற்றம் செய்தபடி இருக்கிறாய். உனது மூளை அதைத் தொடர்ந்து செய்தபடியே

இருக்கிறது. வேற்று மொழியில் சிந்தனை கருக்கொள்வதற்கு வாய்ப்பே இல்லை."

"வேற்று மொழியால் பயன் இல்லையா அப்பா?"

"கண்டிப்பாக வேற்று மொழியால் பயன் உண்டு. அந்த மொழியில் பொதிந்து வைக்கப்பட்டிருக்கும் தத்துவார்த்தச் சிந்தனைகள், வரலாறு, இலக்கியம், அறிவியல் செய்திகள் போன்றவற்றை அதை அறியாமல் எப்படி அறிந்துகொள்வாய்? உனது தாய்மொழியோ உனக்கான சொத்து. நம் முன்னோர் வழங்கிய கொடை. அதுவே உன் சிந்தனையின் ஊற்று. அந்தக் கொடைக்காக அவர்களையும் தொழுது கொள்."

"தாத்தாவை தினமும் மனதில் நினைத்துக்கொள்கிறேன் அப்பா" என்றாள் மகள்.

"நான் யாரென்ற கேள்விக்கு உன்னிடம் சரியான பதில் இல்லை. சரி, உன்னைப் போலவே நானும் ஒரு பெயரால் அழைக்கப்படுகிறேன். அந்தப் பெயர்தானே நான்?"

"அப்படித்தான் இந்த உலகில் பலரும் நினைத்தபடியே இருக்கிறார்கள். அந்தப் பெயரைத் தாண்டிய மனிதர்கள் நீங்கள். இப்போது பிரபலமாகி வரும் செயற்கை நுண்ணறிவால், மனிதர்கள் பெயரற்றுப் போய்விடவும் வாய்ப்பு உண்டு. வளரும் போது இன்னும் நிறைய அனுபவங்கள் கிடைக்கும். உறவுகளைப் புரிந்துகொள்வீர்கள். நீங்கள் யார் என்பதும் அப்போது உங்களுக்குப் புரியும். எந்தச் சூழலிலும் பொறுமையாய் இருங்கள். அதுவே தன்னம்பிக்கை, அதுவே பலம்."

"என்னப்பா செயற்கை நுண்ணறிவு பற்றியெல்லாம் பேசுற..."

"செயற்கை நுண்ணறிவு, அனைத்தையும் தகவலாய்ப் பார்க்கும். அன்பு, அறம் பற்றி அதற்குத் தெரியாது. நீங்கள் அறியாமலேயே உங்கள் மூளையைச் சலவை செய்ய ஊடகங்கள் வந்துவிட்டன. நுகர்வுப் பொருளாதாரம் நடத்தும் அந்தச் செயலைக் கட்டுப்படுத்துவது கடினம். உங்களைப்பற்றி உங்களுக்குத் தெரிந்ததைவிட, உங்களிடம் பொருள் விற்பவனுக்குத் தெரிந்திருக்கிறது. தகவல், தகவல் என அனைத்தையும் திரட்டிக் கண்காணித்தால், தனிமனித சுதந்திரமே பறிபோய்விடும்."

"..."

"இப்போதைக்கு, உங்கள் பாடத்திட்டத்தோடு, அது சாராத வரலாறு, அரசியல், பொருளாதாரம், அறிவியல், கலை, இலக்கியங்களைத் தெரிந்துகொள்ளுங்கள். அவை உங்கள்

பார்வையைப் பரவலாக்கிச், சிந்தனையைத் தூண்டும். கற்பனை வளம் தரும். சிந்தனையைத் தூண்டாத படிப்பு, படிப்பே அல்ல. சிந்தனையே கற்பனையின் ஊற்று. கற்பனையே கருத்துகளை உருவாக்கும். கருத்துகளே உலகை ஆளும், ஆள்கின்றன. உங்கள் கற்பனைத் திறத்தால், அதுபோலக் கருத்துகளை உருவாக்க முடிந்தால் அது பெரும் பேறு."

"நன்றி அப்பா. மற்றொரு செய்தியும் நாங்கள் உனக்குச் சொல்ல வேண்டும். அதற்காகத்தான் பேசவே வந்தோம், ஏதேதோ பேசிவிட்டோம்."

"நல்லதுதானே! உரையாடல் முக்கியம்."

"எனக்கும் தங்கைக்கும் இங்கு நடப்பவை அனைத்தும் தெரியும். அம்மாவின் சந்தேகத்தைத்தான் சொல்கிறேன். நீ யார், சமூகத்திற்காக, எங்களுக்காக என்னென்ன செய்கிறாய், அனைத்தும் தெரியும். கவலைப்படாதே, ஒருநாள் அம்மாவுக்கு உண்மை தெரியவரும். அப்போது இப்படி நடந்துகொண்டதற்காக அவள் வருந்துவாள். நீ சோர்வாய் இருப்பது எங்களுக்குப் பிடிக்கவில்லை" என்றான் மகன்.

"என்னைப்பற்றி நான் சிந்திப்பதைக் காட்டிலும் அதிகமாக சிந்திக்கிறாள் அம்மா. என்னைப்பற்றி என்னென்ன சிந்திக்கிறாளோ என்பதே எனக்கான இப்போதைய கவலையாய் இருக்கிறது."

"தவறாகச் சிந்திக்கிறாள் என்று நினைக்கிறாயா?"

"அவளது எரிச்சலும் அலட்சியமும் அதைத்தானே காட்டுகிறது. தேவையில்லாத சிந்தனைகள் அவள் உடல்நலனைப் பாதித்துவிடக் கூடாது என்பதிலும் எனக்கு அக்கறை இருக்கிறது. நமக்கு அம்மா வேண்டும்."

". . ."

"எங்களுக்குக் கலியாணம் முடிஞ்ச புதுசுல, எவ்வளவோ பிரச்சன. எல்லாத்தையும் அம்மா தாங்கிக்கிட்டா. தாராள மனசு உள்ளவங்களாலதான் அத எல்லாம் தாங்க முடியும்."

"புரியிது. அடிக்கடி பயணப்படுவியே, போய்க் கொஞ்ச காலம் சுதந்திரமாய் இருந்துவிட்டு வா. அம்மாவுக்கு உன்மேல் பாசம் அதிகம். தற்காலிகப் பிரிவு, உன்னைத் தேட வைக்கலாம்."

கண்களில் கண்ணீரோடு பிள்ளைகளைப் பார்த்தவாறிருந் தார். மனைவி, குழந்தைகள் என்ற உறவு இவ்வுலகில் பிரிக்க முடியாதது. எந்தச் சூழலிலும் அந்த உறவை இழந்துவிடக்

கூடாது என்பதிலும் தெளிவாக இருந்தார். நெருங்கியிருந்து விலகிப் போவதைக்காட்டிலும், விலகியிருந்து நெருங்கி வரத் தீர்மானித்தார். காரணம், குடும்பம் அவருக்கு வாழ்வின் வரப்பிரசாதம். தன் வாழ்வில் ஏற்பட்டிருந்த அதி அற்புதம் மனைவி என அவர் உறுதியாக நம்பியிருந்தார். மனைவியுடனான அவரது காதல் புறவயமானது அல்ல, அகவயமானது. அதனாலேயே அவளது அலட்சியங்களோ, குற்றச்சாட்டுகளோ, சீண்டல்களோ அவர் புறத் தோற்றத்தைச் சீண்டினாலும், அகத்தை நெருங்குவதேயில்லை. அகத்தில் ஆழமான காதல் இன்னும் அவளுக்காக மிச்சமிருந்தது.

18

தனிமை விரும்பி, அவர் தீவுக் குடிலுக்கு வந்திருந்தார். பரபரப்பான நிகழுலகிலிருந்து தனிமைப்பட்டு ஆன்ம சோதனை செய்ய, அந்த இடம் அவருக்கு அப்போது தேவையாய் இருந்தது. அவர் அப்பகுதிக்கு வந்து ஒரு வருடம் முழுவதுமாக முடியும் தறுவாயில் இருந்தது. அந்த இடத்தை வாங்கியது, கோட்டைச் சுவர் எழுப்பி, கிணறு வெட்டி, மரம், செடி, கொடிகள் நட்டு வைத்தது, தேவைக்குத் ஏற்றார்ப்போல் சிறு குடில் கட்டியது, எல்லாமே கனவில் நடந்தது போல் நடந்துமுடிந்திருந்தன. அங்கே அவரது பொழுதுகள், விடியலின் பட்சி, பறவைகளின் ஓசைக்கும், இரவின் சுகந்த அமைதிக்கும் இடைப்பட்டதாகவே கழிந்தன. எப்போதும் அலையோசை கேட்டபடியே இருந்த அந்தப் பகுதி, அவருக்குப் பிடித்துப் போனது. அலையோசைகள் ஆயிரம் கதைகள் சொல்லும் அபூர்வ சக்தி வாய்ந்தவையாய் இருந்தன. அவர் அலைகளை அவதானித்தபடியே இருந்தார்.

குடிலின் பின்புறம் நூற்றியெண்பது டிகிரிக்குப் பனை மரங்களும் தென்னை மரங்களும் மல்லிகைத் தோட்டங்களும் சூழ்ந்த பகுதி. முன்புறம் நூற்றியெண்பது டிகிரியில் பரந்துவிரிந்த ஒரு ஜலசந்தியின் தென்பகுதி. கொளுத்தும் வெயிலிலும் கச்சான் காற்றின் இதம் உடலைக் குளிர்வித்தது. பேரமைதியான அமாவாசை நாட்களின் இருட்டும், முழுநிலா இரவுகளும் மனதைக் கொள்ளை கொள்ள வைத்தன. இரவில், கடலில் அணிவகுக்கும் விசைப் படகுகளால் தூரத்து அடிவானம், இருட்டைத் துடைத்த ஒளி வெள்ளமாய்த் தெரியும். விடிகாலையில் கருநீலமாகவும், அதன் பிறகு சூரிய வெளிச்சத்தில் பொன்நிறமாகவும் மாறும் கடல், கதிரவன் மேலே கிளம்ப, விதவிதமான பச்சை நிறங்களைக் காட்டி, மனதை ஊஞ்சலாட வைக்கும். ஓதத்தின் உச்சத்தில் பாசிபடர்ந்த பவளப் பாறைகள்

வெளித் தோன்றி, இந்தத் தீவின் அத்தனை செழிப்புக்கும் நாங்களே காரணம் எனச் சொல்லாமல் சொல்கின்றன.

கச்சான் தென்புறமிருந்து வடக்கு நோக்கி வீசுவதால், அமைதியான வடகடலின் மேற்பரப்பில் அதிர்வலைகளை உருவாக்கிக் காற்று கடல்மேல் தவழ்வதை அவர் பார்த்தார். மேற்கே கலங்கரை விளக்கத்தினருகே உள் வளைந்து கிடக்கும் அளத்தில், நங்கூரமிட்டுக் கிடக்கும் வள்ளங்கள், கடல்தொழிலில், பொருளாதாரத்தில் மீண்டெழும் ரகசியத்தை அவருக்குச் சொல்ல முயன்றன. நேர் கச்சான் காற்றில் வெண் பாய்கள் புடைக்க ஓடும் உடன்கடல் வள்ளங்கள், பாரம்பரியக் கடல் வேட்டையின் குறியீடாய்த் தெரிந்தன.

அந்தத் தீவும் புராணங்களில் பதிவு பெறுமளவுக்குப் பழமையானது. புராண காலத்துக் கதாநாயகன் ஒருவன், தன் மனைவியை மீட்பதற்காக வானரச் சேனைகளின் துணையோடு இங்கிருந்துதான் இலங்காபுரி சென்றானாம். கடல் நடுவே பாலம் அமைத்துச் சென்றதாகப் புராணத்தில் செய்தி உண்டு. அந்தத் தீவின் தென்புறம் நிறையக் குட்டித் தீவுகள். பரப்பளவில் பெரிதாக இருந்த அந்தத் தீவை ஒரு சாலைவழிப் பாலமும் ரயில்வழிப் பாலமும் பிரதான நிலப்பரப்போடு இணைத்தன. கடல் நடுவே பிரம்மாண்டமாய் இருக்கும் அந்தச் சாலைப் பாலம், தனிமையில் பிரபஞ்சப் பெருவெளியோடு அவர் உரையாடுவதற்கான புனிதமான இடமாக மாறியது. வாய்ப்புக் கிடைக்கும்போதெல்லாம், சாலைப்பாலத்தின் நடுப்பகுதியில் நின்று சுத்தமான காற்றை ஆசைதீர முகர்ந்து, பக்கத்திலேயே கடல் நடுவே நூறு வருடங்களுக்கு மேலாகக் கம்பீரமாய் நிற்கும் ரயில்வே பாலத்தையும், தெற்கின் மரங்கள் அடர்ந்த தீவுக் கூட்டத்தையும், குடிநீரைத் தேக்கிவைத்துக் கரைகளிலும் இயற்கை அரணாய் நிற்கும் மணற் குன்றுகளையும், கடற்பரப்பில் நங்கூரமிட்டுக் கிடக்கும் விசைப் படகுகளையும், அங்கு குறுநடை செய்யும் வத்தைகளையும், வள்ளங்களிலிருந்து கூடைகூடையாகக் கரையேறும் வகைவகையான மீன்களையும், அவற்றை ஏலமெடுக்க மொய்க்கும் மக்கள் கூட்டத்தையும், மீன்களைக் கவர வானில் வட்டமிடும் ஆலாக்களையும் ரசித்தபடியே நிற்பார்.

அமாவாசை இரவுகளில் மட்டும், தனிமையில் இளம் போதையில் நடுப்பாலத்தில் நின்றபடி தன்வானகத் தந்தையோடு அளவளாவுவார். போகிற போக்கில் பார்ப்பவர்கள், யாரோ பிராந்தன் என எண்ணிக் கடப்பார்களாம். அவரோ, ‘பரமண்டலங்களில் இருக்கும் எங்கள் பிதாவே, உமது நாமம் பரிசுத்தம் எனப் போற்றப்படுக. உமது இயற்கையான அரசு

வருக. உமது சித்தம் விண்ணுலகில் நிறைவேறுவதுபோல இந்த மண்ணுலகிலும் செயல்படுவதாக. எங்களுக்கு எதிராகத் தீமை செய்தவர்களை நாங்கள் மன்னிப்பதுபோல எங்கள் பாவங்களை மன்னித்தருளும். பலவீனர்களாகிய எங்களைச் சோதனையில் விழவிடாதேயும், தீமைகளிலிருந்து எங்களைக் காத்துக்கொள்ளும்' என நெக்குருகி நிற்பார்.

கச்சான் காலத்தில் தென்பகுதியிலிருந்து வடக்கு நோக்கிப் பாயும் நீரோட்டம் வாடையில் வடக்கிலிருந்து தெற்கு நோக்கிச் சுழிப்பெடுத்துப் பாயும், கச்சானில் அப்படியில்லை, நின்று நிதானமாய்ப் நிரம்பிப் பாயும். கரைவாடை காலத்தில் தீவில் கபளீகரமாகும் வடகடல் கரைபற்றியும், அழிந்துவரும் இயற்கையான நீர்வளம் பற்றியும் அவருக்குக் கவலை இருந்தது. கடல் நடுவே இருக்கும் தீவில், மீனவர்களுக்கான திட்டங்களைப் பிரசாதம்போலத் தூக்கி எறிகிறார்களே, தீவு நிலப்பரப்பின், கடலின், காற்றின் தன்மையறிந்த பாரம்பரிய மீனவர்களிடம் கருத்துக் கேட்காமல் திட்டங்களை முன்னெடுக்கிறார்களே என அவர் வருந்தியதுண்டு. தனது ஆதங்கத்தைத் தான் சந்திக்கும் அரசு அதிகாரிகள் எல்லோரிடமும் சொன்னார். அவர்கள் வழக்கம் போல் அவரைக் கண்டுகொள்வதில்லை.

அந்தப் பிரதேசத்திற்கான புயல் சின்னம் அறிவிக்கப்பட்டிருந்தது. கிழக்கே கடலில் மையங்கொண்டிருந்த புயல் அந்தத் தீவுப் பகுதியிலேயே கரைகடக்கும் அபாயம் இருப்பதாகச் செய்திகள் வந்தபடியிருந்தன. அவரோ வழக்கம்போல் குடிலில், தன் வேலைகளைச் செய்தபடியே இருந்தார். மனதில் அமைதி இல்லை. தீவு நண்பர் அடிக்கடி பணம் கேட்டு நச்சரித்தது, அவருக்குப் பிடிக்கவில்லை. பழக ஆரம்பித்த காலத்திலிருந்தே எவ்வளவோ நண்பருக்குக் கொடுத்தாகிவிட்டது. நண்பரின் தேவையோ குறைந்தபாடில்லை. புயல் வேறு அறிவிக்கப்பட்டிருந்ததால், தொழில்கள் முடங்கிப்போயிருந்தன. கண்டிப்பாக உதவி வேண்டி நண்பர் வருவார், அவரை எப்படி எதிர்கொள்வது. நண்பருக்குக் கொடுப்பதா வேண்டாமா எனச் சிந்தனை வயப்பட்டிருந்தார். மூளையால் இயக்கப்படும் மனம் ஒருபுறம் இழுக்க, ஆன்மாவின் நேசமான இதயமோ மறுபுறம் இழுத்து வேடிக்கை காட்டியது.

"பெரிது, சிறிது என்றில்லாமல் எப்போதும் வந்து நிற்கிறாரே" என்றது மனம்.

"அவருக்கும் பசிக்குமே" என்றது இதயம்.

"ஒருவருடைய குடும்பச் செலவுகளை மற்றவர் ஏற்றபடியே இருக்க முடியமா?"

யாத்திரை ❃ 131 ❃

"வழியில்லாமல்தானே வருகிறார், உன்னுடைய பிரச்சினைகளைச் சந்திப்பதற்காக நீ உதவி நாடுவதில்லையா?"

"உதவி நாடுகிறேன், ஆனால் அதையே தொழிலாய்ச் செய்வதில்லை. ஒரு செலவுக்காக கொடுத்தப் பணத்தைத் தன் சொந்தக் காரியத்துக்குப் பயன்படுத்திவிட்டு, அதைப்பற்றி எந்தக் கவலையும் இல்லாமலிருக்கிறாரே. இது தவறில்லையா?"

"தவறுதான், அதற்காக மன்னிப்பே இல்லையா?"

"..."

"நீ வேலை செய்யும் நிறுவனங்களில் எத்தனையோ வாக்குறுதிகள் கொடுப்பதில்லையா. அவைகளை எல்லாம் நிறைவேற்றவா செய்கிறாய். நிறுவனத்திற்கு ஏற்படும் இழப்பீட் டிற்கு நீயா பொறுப்பேற்கிறாய். உரிமையாளர்தானே பொறுப்பேற்றுக் கொள்கிறார்! அதுபோல இதையும் ஏற்க உன் மனம் ஏன் மறுக்கிறது? உனக்கு ஒரு நியாயம் அடுத்தவருக்கு ஒரு நியாயமா?"

"முடிந்தால்தானே செய்யமுடியும்!"

"முடிந்ததைச் செய். முடியாததை அன்போடு மறுத்துவிடு. இன்றைக்குக் கட்டப்பட்டிருக்கும் உன்னுடைய ஆளுமையில் உன் நண்பருக்கும் பங்கு இருப்பது உனக்கும் தெரியும்தானே!"

"நான் இல்லை என்று மறுக்கவில்லையே."

"எப்போதும் நீ கூப்பிட்ட குரலுக்கு ஓடோடி வந்து நிற்கிறாரே!"

"அதற்காக அவரது குடும்பத்தையும் என்னைத் தூக்கிச் சுமக்கச் சொல்கிறாயா?"

"இருப்பதனால் கொடுக்கிறாய், இல்லாவிட்டால் கொடுக்கவா போகிறாய்? உன்னுடைய தடுமாற்றமே உன்னிடம் கொடுப்பதற்கான விருப்பம் இருப்பதைக் காட்டிக் கொடுத்து விடுகிறது."

"எதற்கும் ஒரு வரைமுறை இருக்கிறது."

"வரைமுறை வைத்துக்கொண்டா உரையாடுகிறீர்கள்! உங்களுடைய உரையாடல்களில் எவ்வளவோ கருத்துகளை, உன் படைப்புகளுக்காக நீ பயன்படுத்துகிறாயே, அதற்கெல்லாம் காசு, பணமா கொடுத்தாய்! அது ஒரு வகையில் அறிவுத் திருட்டு. நீ திருடுகிறாய் என்று நான் குற்றம் சாட்டுகிறேன்."

அவர் தன் நெற்றியைத் தடவியவாறே அமர்ந்திருந்த வேளையில், கோட்டைச் சுவரின் வாசல் பக்கமிருந்து நாய் குரைப்பது கேட்டது. யாரோ வந்திருக்கலாம் என்று எழுந்து

பார்த்தார். வாசலில் தீவு நண்பர், கையில் மஞ்சள்பை சகிதமாக வந்தபடியிருந்தார்.

"வாங்க, கையில் என்ன?"

"வீட்டுல இன்னைக்கி ஆப்பம் சுட்டா. உங்களுக்குப் பிடிக்குமேன்னு கொண்டுவந்தேன். தேங்காய்ப் பாலும் இருக்கு."

"எனக்காக மெனக்கெட்டு எதுக்காக..."

"என்ன அப்புடிச் சொல்லிட்டிய. தனியா இருந்து தவ வாழ்க்க வாழ்றிய. இந்தத் தனிமையிலயும் சமூக உணர்வோட இருக்கீங்க. கூட இருந்து பாக்குற எனக்குத் தெரியாதா! ஏதோ, என்னால முடிஞ்சது."

"..."

"நம்ம முயற்சிகள் வீண் போகல அண்ணன். தென்கடல்ல, நவீன வசதிகளோட மீன்பிடித் துறைமுகம் அமைக்கிறாங்க. அது நல்லபடியா நடந்து முடிஞ்சா, வடகடல் பிரச்சினைகள் குறைவதற்கான வாய்ப்பு இருக்கு."

"நல்லது."

"வருத்தப் படாதைங்க, எதையோ நினைத்து அதிக வருத்தப்படுறீங்கன்னு தெரியிது. வீடு கட்டுவோர் புறக்கணித்த கல்லே, வீட்டுக்கு மூலைக் கல்லாய் அமைந்தது."

"குடிச்சாத்தாம், உங்களால இப்புடிப் பேச முடியிது. கடந்த இரண்டு வாரமா உங்கள இந்தப் பக்கம் பார்க்க முடியல. என்னமோ ஏதோன்னு பயந்துபோய் இருந்தேன்."

நண்பர் அமைதியாய் இருந்தார். அவருக்குப் பேச்சு வரவில்லை. சிறிது நேர மௌனத்திற்குப் பிறகு பார்த்தால், நண்பரது கண்களில் கண்ணீர்.

"என்ன..."

"சொல்ல வேண்டாம்னு இருந்தேன்."

"சொல்லுங்க."

"தம்பி இறந்து போனான்."

"என்ன சொல்லுறீங்க?"

"ஆமா அண்ணன். குடும்பத்துல எல்லோரையும் மீறிக் காதலிச்சிக் கலியாணம் பண்ணுனான். அவங்க சந்தோசமா இருக்கட்டுமின்னு, நாங்களும் அவனோட தொடர்பு வைச்சிக்கிறல."

"..."

"தன்னளவுல முயற்சி பண்ணி, வார்டு மெம்பரா ஆகி இருந்தான் அண்ணன்."

"எதிர்காலம் குறித்த பெரிய கனவுகளோட இருந்திருப்பான்."

"கணவனுக்கும் மனைவிக்கும் பிரச்சினையில கொஞ்சநாளா பிரிஞ்சி இருந்திருக்காங்க. அதுவும் எங்களுக்குத் தெரியாது. அவன் இறந்த அண்ணைக்கிக் காலையிலதான், வீட்டுக்கே வந்தான். பின்னாலேயே போலிஸ் வந்தது."

"..."

"அவன் மனைவி, அனைத்து மகளிர் காவல்நிலையத்துல புகார் கொடுத்திருந்தாளாம்."

"..."

"சரி விசாரணைக்கித்தான அழைச்சிட்டுப் போறாங்கன்னு, விட்டுட்டோம்."

"..."

"மாலையில அவனோட மனைவி 'உங்க தம்பி இறந்திட்டார்'னு அலைபேசியில சொன்னாள்."

"எப்படி?"

"இரண்டு பேரயும் பஸ்சுல கூட்டிட்டுப் போயிருக்காங்க. என்னய இப்புடிக் கேவலப் படுத்திட்டியேன்னு ஓடுற பஸ்சுல இருந்து குதிச்சிருக்கான். கீழ விழுந்து, அந்த இடத்திலே மூள சிதறி இறந்திட்டானாம்."

"கடவுளே...!"

"இவ்வளவு நாளும் இந்த உறவுகள் யாரு, எவுருன்னு எட்டிப் பாக்காதவ இப்ப பிள்ளையோட எங்க வீட்டுல இருக்கா. தம்பி போய்ட்டாம், அதுக்காக அவள தள்ளியா விட முடியும். நம்ம குடிக்கிற கூழோ கஞ்சியோ அத அதுவளுக்கும் ஊத்த வேண்டியதுதாம்."

அவர்களிடம் பேச்சு நின்றுபோய் இருந்தது. முன்பொரு நாள் மது போதையில், தான் தீவுக்கு வந்ததற்கான உண்மையான காரணத்தை நண்பரிடம் அவர் பகிர்ந்துகொண்டிருந்தார். நண்பரோ அதிர்ந்துபோனார். அவரால் நம்ப முடியவில்லை.

"முன் காலத்தைப்போலப் பஞ்சம், போர்கள்னால மனித அழிவு இல்லை."

"..."

"இப்பெல்லாம் பிரச்சன உடலத் தாண்டி மனசுக்குள்ள புகுந்திருச்சு. கண நேரத் தூண்டுதல்..."

"..."

"தற்கொலை, மனித இனத்தையே ஆட்டுவிக்கும் மிகப்பெரிய பேரிடர்."

"..."

"பேரிடர் வெளியே இல்லை, அவை நம் உள்ளேயே இருக்கிறது. எப்போது வேண்டுமானாலும் அந்த எரிமலை வெடிக்கலாம்."

இருவரிடமும் பேச்சில்லை. நண்பரோ வடக்கு நோக்கி நடந்து கடலைப் பார்த்தவாறு இருந்தார். கடலோ, வெண்தலைப் புணரியாய் நுரைத்துக் கிடந்தது. கரு மேகங்களால் சூழப்பட்ட வானமோ இன்னும் இருண்டு கிடந்தது.

"புயலா இருக்க, வாங்க நம்ம வீட்டுப் பக்கம் போயிரலாம் . . ." என்றார் நண்பர்.

"இல்லை, நான் இங்கேயே இருந்துகொள்கிறேன்."

எவ்வளவோ வற்புறுத்திச் சொல்லியும் நண்பர் இரவில் அவரோடே தங்கினார். இரவில் புயல் கடந்த வேளையில் பேய்க் காற்று சுழற்றி அடித்தது. சில மரங்கள் முறிந்துவிழுந்தன. அலை வேகத்தால், மேற்குப்புறக் கோட்டைச் சுவரில் ஒரு பகுதி கடலுள்ளே விழுந்தது. நண்பரோடு அவரும் நடப்பவற்றை வேடிக்கை பார்த்தபடியே இருந்தார்.

மது மயக்கத்தில் சில வேளைகளில் நண்பர், அவரைத் தன் தந்தையும் தாயுமானவன் என்பார். நண்பரோடான இந்த உறவில் உண்மை இருக்கிறதா அல்லது இதுவும் போலியாய்க் கடந்து போவதுதானா என அவர் பல முறை யோசித்ததுண்டு. ஆனாலும் எந்தப் பிறவியிலிருந்து வந்து, இன்றுவரை தொடர் கிறதோ பந்தம் என்றே நினைத்தவாறிருந்தார். அந்த எண்ணமே உள்ளத்துக்கு உவகை அளிப்பதாய் இருந்தது. 'எந்த அளவையால் அளப்பீர்களோ, அதே அளவையால் உங்களுக்குத் திருப்பிச் செய்யப்படும்' என்ற விவிலிய வரிகளில் எத்தனை உண்மை. உலகியல் வெற்றி புற இருப்பைப் பூரிக்கச் செய்கிறது, ஆனால் அகவயமான அன்போ ஆன்மாவை மகிழச் செய்து அழகு பார்க்கிறது.

* * *

முன்னிரவு வேளையொன்றில், குடிலின் மேல்தளத்தில் அவர் நின்றிருந்தார். கரைக்கடல் பவளப் பாறைகளில் நாள் முழுவதும் பாசி எடுத்த பெண்கள், வீடு திரும்பியபடி இருந்தார்கள். வாடையின் வறண்ட காலம் முடிந்து, வடகடலில் தொழில் தொடங்கும் காட்சிகள் தென்பட ஆரம்பித்திருந்தன. கடும் வாடையில் வதங்கிப்போன தாவரங்கள் பற்றிய கவலையும் அவருக்கு இருந்தது. காற்றில் கடல்பரப்பின் உப்புத் தன்மை கலந்து வருவதால், வலுவான இலைகள் கொண்ட தென்னை மரங்களே துவண்டுவிடுகின்றன. செடி, கொடிகள் பற்றிக் கேட்கவே வேண்டாம், அவை காய்ந்து கருகி இல்லாமலே ஆகிவிடுகின்றன. வேம்பு, உசிலை போன்ற மரங்களும் அதுபோல்தான். காற்று மாறும் காலமாகையால், அவர் கச்சானின் வருகைக்காகக் காத்திருந்தார்.

அவர் தனித்துப் பொறுத்துக் காத்திருந்ததால் அது ஒருவகையில் தியானம் போலிருந்தது. கடலிலோ, கரையில் மரக் கிளைகளிலோ எந்த அசையும் இல்லை. இனி தூங்கப் போகலாம் என்று நினைத்த வேளையில், அவர் முதுகை மயிரிழையால் வருடுவதுபோலக் கச்சான் வந்தது. அது அவரோடு பேச விரும்பியது. அவருக்குக் காற்றின் மொழி தெரியும். கடும் வாடைக் காலத்தில் அவர் வாடைக் காற்றோடும் பேசியிருக்கிறார். தான் செய்யப்போகும் அழிவை, அது அவருக்கு முன்னறிவித்திருந்தது. இப்போதோ ஆசையோடு கச்சானை அணைத்துக்கொண்டார்.

"நான் ஒரு பகுதியின் வரமாகவும், மறு பகுதியின் சாபமாகவும் இருக்கிறேன் என்பது உனக்குத் தெரியுமா" என்றது கச்சான்.

"அப்படியா...!"

"தென்பகுதி மக்கள் என்னைக் கண்டாலே அலறுகிறார்கள். அலைகளைக் கிளப்பி ஆக்ரோசமாய்க் கரைகளை அறைகிறேன். கட்டுமரங்களையும் வள்ளங்களையும் தடுமாறச் செய்கிறேன். புயலைக் கிளப்பி அவர்கள் தொழிலையே இல்லாமலாக்க எனக்குச் சக்திகள் உண்டு. என் தொந்தரவு தாங்க முடியாமல்தானே இந்தக் கடலோடிகள் தென்பகுதியிலிருந்து இங்கு வந்தார்கள்."

"ஏன் அப்படிச் செய்கிறாய்? அவர்கள்மேல் உனக்குக் கருணை இல்லையா!"

"புறவயமான செயல்களைத்தான் என்னைக் குறைகூறுவோர் பார்க்கிறார்கள். உள்ளார்ந்த விளைவுகளை அவர்கள் அறிவதில்லை. உணர்ந்தோர் பயனடைகிறார்கள். கடலின் பலவகை மீன்பாடுகளுக்கும் காரணம் நானே என்பதை அவர்கள் அறிவார்களா? நான் அப்படி இருக்க வேண்டுமென்பதுதான்

எனக்கு இடப்பட்டிருக்கும் கட்டளை. தட்பவெப்ப நிலையைச் சமன் செய்வது எங்களுக்கான பணி. மேகத்தைத் திரட்டி மழையைக் கொண்டுவருகிறேன். கடல் நீரின் ஆவியை மழைக்காக மேலெடுத்துச் செல்வதும் நாங்களே."

"நாங்கள் என்றால் . . .!"

"வாடை, கோடை, கொண்டல், சோழவம் எனப் பல பெயர்களில் அழைக்கப்படுகிறோம்."

"மேலே சொல்."

"நான் அப்படிக் கடுமையாக நடந்துகொண்டதால்தான், அவர்கள் இடம்பெயர்ந்து இந்தத் தீவுக்கு வந்தார்கள். இங்கு அவர்களுக்கு இரு தொழில் நடப்பது உனக்குத் தெரியுமா! கச்சானில் வடகடலும், வாடையில் தென்கடலும் சாதகமான தொழில்வெளிகள். அவர்களின் இன்றைய வளர்ச்சிக்கு நாங்கள்தான் பிரதான காரணம். என் சகோதரியான வாடையும் அப்படித்தான். வடபகுதியில் கடுமைகாட்டித் தென்பகுதியை வருடுகிறாள். நாங்கள் இடத்துக்கு இடம் எங்கள் செயல்பாடுகளை மாற்றிக்கொள்கிறோம். மனிதர்களாகி நீங்கள்தான் எங்களைப் புரிந்துகொண்டு தொழில் செய்ய வேண்டும்."

"நீ சொல்வது எனக்குப் புரிகிறது."

"நாளை முதல் உன் வேப்பமரமும் உசிலை மரமும் துளிர்க்கும், மற்றத் தாவரங்களும் செழிப்பாகும். வாடை கொண்டுவந்த உப்பை நான் தாவரங்களிலிருந்து கழுவி விடுவேன். உன்னுடன் பேசிக்கொண்டே என் நேரத்தை வீணடித்துவிட முடியாது. இயற்கையான பிரபஞ்சத்துக்கு நான் பதில் சொல்லியாக வேண்டும்."

"ஓ . . . நீ இயற்கைக்கு கட்டுப்பட்டவளா!"

"என்ன புரியாமல் பேசுகிறாய், இந்த உலகில் உலவும் அனைத்து ஆன்மாக்களும், நான், நீ உட்பட இயற்கையான பரமாத்மாவுக்குக் கட்டுப்பட்டவர்கள். மனிதர்கள்தான் எப்போதும் சுயநலத்தோடு நடந்துகொள்கிறீர்கள். உங்களுக்குப் புரியவைப்பதற்காக நாங்கள் சிலவேளை கடுமைகாட்ட வேண்டி வருகிறது. இதோ இந்தக் கண்ணுக்குத் தெரியாத விஷக்கிருமி, உலகையே பூட்டி வைத்துவிட்டதே. எங்களை எதிர்த்து உங்களால் எதுவும் செய்ய முடியாது என்பதுதான் அது."

19

அவர் பிறந்த ஊருக்கு வந்திருந்தார். ஆத்தா இறந்த சோகம் அவருள் இருந்தது. கால் போன போக்கில் நடந்து, கிழக்குப்புற கடலடித் தடுப்புச்சுவர்ப் பக்கம் வந்திருந்தார். ஆத்தாவை புதைத்த இடமும் அருகிலேயே இருந்தது. வாழ்கிற காலத்தில் அவரது தகப்பனாரை ஆத்தாவுக்குப் பிடித்திருக்கவில்லை, அவரது இறப்புக்குப் பிறகும் வெறுப்பே மிஞ்சியது. ஆனால், ஆத்தா இறந்தபின் அவளைத் தகப்பனாரின் பழைய கல்லறையிலேயே, புதைக்கும் சூழல் வந்தது. கல்லறைத் தோட்டத்தில் வேறு இடமில்லை, பரந்த தகப்பனாரின் மார்பின் மீதோ ஆத்தாவுக்காக விசாலமாய் இடமிருந்தது. மகனாய், அவருக்குப் பிடிக்காத எவ்வளவோ காரியங்களை ஆத்தா செய்திருந்தாலும் அவளைத் தவிர்த்து, அவர் வாழ்வை எதிர்கொண்டதே இல்லை. ஆத்தாவின் வெளிப்படையான பேச்சும், நடவடிக்கைகளும் கோபமூட்டுவதாக இருந்தாலும், அவருக்கு அவளுடைய அருகாமை எப்போதும் வேண்டும். ஆத்தாவின் அருகே மிகவும் பாதுகாப்பாக உணர்ந்திருந்தார். அது பிரபஞ்சப் பாதுகாப்பு என்பது அவருக்குத் தெரிந்திருந்தது.

வாழ்க்கைச் சூழல், அதற்கான வாய்ப்பைக் கொடுக்காத வேளைகளிலும் அவளது உலக இருப்பே அவரை இயங்கச் செய்தபடி இருந்தது. இந்தப் பாதுகாப்பு, தன் பிள்ளைகளுக்கும் வாய்த்தால் நலமாய் இருக்குமே என்ற பேராசையும் அவருக்கு இருந்தது. தனது நோக்கிலேயே அனைத்தையும் எதிர்பார்ப்பது தவறு என்று உணர்ந்தவராய், தன் நினைப்பைச் சட்டென மாற்றிக்கொண்டார். அன்று அவர் இதயம் வியாகுலத்தால் நிறைந்திருந்தது, ஆத்மார்த்தமான ஒரு வருடலுக்காக அவர் ஆன்மா ஏங்கியது. மனதைக் கட்டுப்படுத்தி அமைதியாய்

இருக்க முயன்றார். அலைகளின் ஓங்காரம் குறைந்தபாடில்லை. நீண்ட நடைக்குப் பின் தளர்வாய் இருந்ததால், பாறையொன்றில் அமர்ந்து கால்களை நீட்டியிருந்தார். பொழுது சாய்ந்து வானில், வெட்டாப்புத் தெரிந்தது. ஏதோ அவருக்கு மிகவும் நெருக்கமான ஒன்று, அவர் அருகிலேயே இருப்பதுபோல உணர்ந்தார். அலைச்சத்தம் குறைந்த வேளையில், அது அவரோடு பேசியது.

"என்மேல் உனக்குக் கோபமா?"

"யாரது?"

"தனிமை உன்னை வருத்துகிறதா?"

"யாரென்று சொன்னால்தானே மேற்கொண்டு என்னால் பேச முடியும்."

"நீ என் மடியில்தான் பிறந்தாய், உன்னைச் சிறுவயது முதலே நான் அறிவேன்."

"ஆத்தா..."

"அவளும் என் மடியில்தான் பிறந்தாள். இதோ பக்கத்துக் கல்லறைத் தோட்டத்தில்தானே அவள் உடலைப் புதைத்தீர்கள். உடல், அதன் அகங்காரம் எனும் சிறையில் ஒன்றுபடாத உன் தாய், தந்தையின் ஆன்மாக்கள், பிரபஞ்சத்தில் ஒன்றாய்க் கைகோர்த்துப் பறக்கின்றன."

"..."

"இந்த மாய உலகைச் சமைத்தவர்களும் அவர்களோடு ஆனந்தக் கூத்தாடுகிறார்கள். ஆதித் தகப்பனும், தாயும், ஈஸாவும், முகமதுவும், ஆபிரகாமும், தாவீதும், சாலமோனும், அக்பரும், அலெக்ஸாண்டரும், சேரனும், சோழனும், பாண்டியனும், பட்டிணத்து அடிகளும், பத்திரகிரியும், தாவோவும், காந்தியும், லூத்தரும், லிங்கனும், பீத்தோவனும், அரிஸ்டாட்டிலும், ஆர்க்கிமிடிசும், ஐன்ஸ்டீனும், கார்ல் மார்க்ஸும், மைக்கிள் ஜாக்சனும், ராமானுஜமும், ஜிப்ரானும், குமரியும், சந்தனமாரியும், நாச்சியாரும், முப்பத்து முக்கோடி தேவர்களும் அப்படியே...

"..."

"அவர்களுக்கு இனி இரவு,பகல், மழை, வெள்ளம், வெயில், பனி, பசி, பட்டினி, மொழி, இனம் எதுவுமில்லை. இலக்கு என்று எதுவுமே இல்லை. காற்றோடு, காற்றாய்க் கலந்து, மேகங்களைத் தொட்டு, மலை முகடுகளை உரசி, ஸ்டெப்பிப் புல்வெளியில் சஞ்சரிப்பார்கள். சகாராவில்

நடந்து, அமேசான் நதிகளில் குளிப்பார்கள். சீனப் பெருஞ்சுவர் மேல் நடனமாடி, எகிப்தின் பிரமிடுகளை முத்தமிடுவார்கள். அவர்கள் சுதந்திரமானவர்கள்."

"..."

"வலது கை செய்வது, இடது கை அறியாமல் அநேகருக்கு உலகில் உதவி செய்தாள் உன் ஆத்தா. ஆனாலும் ஆங்காரி என்ற பெயரோடே வாழ்ந்து மரித்தாள்."

"..."

"அவள் அதிகம் நேசித்துத் தன் சொத்தை எல்லாம் எழுதி வைத்த இளைய மகனோ, ஊரோடே இருந்தும் அவள் இறுதி ஊர்வலத்தில் கலந்துகொள்ளவில்லை பார்த்தாயா. நன்றி கெட்ட மனித வாழ்வு. அவள் வாழ்ந்தபோதெல்லாம் வெறுப்பதாய்க் காட்டிக்கொண்ட இரண்டாவது மகன் மீதும் அவளுக்குப் பாசம் இருந்தது. வெளிக்காட்டிக் கொள்ளவில்லை."

"..."

"அவனுக்கு உரிமையான சொத்தை, அவள் இறந்த வீட்டிலேயே நீ அவனுக்குக் கொடுத்தது, ஆத்தாவுக்குச் செய்த மரியாதை. பழைய புளிப்பு மிட்டாய்ப் பாவ விமோசனமும் நடந்தது."

"நீங்கள் யாரென்று சொல்லவில்லையே!"

"பயப்படுகிறாயா? நீ கோழை என்பது எனக்குத் தெரியும். நீ கோழையாய் இருக்க வேண்டு மென்றே நாங்கள் விரும்பினோம். இந்த உலகில் பிறந்த யாருமே வீரர்கள் அல்லர். தங்களுக்குப் பயமில்லை என்பதைப் பதறிக் காட்டியவர்களைத்தான், இந்த உலகம் வீரர்களாய்க் கொண்டாடு கிறது. வரலாற்றில் இடம் பிடித்துக் கொண்டதால் மட்டும் அவர்களுக்கு என்ன பயன்?"

"நாங்கள் என்றால்..."

"இந்தப் பிரபஞ்ச ஆத்மாவும், அதன் அங்கமான நானும்."

"நீ கோழையாய் இருப்பதால்தான் உண்மையாய் இருக்கிறாய். பணிவோடு சரணடைகிறாய்."

"யாரிடம்...?"

"யாரிடம் சரணடைய வேண்டுமோ அதனிடம்."

"சரி, உங்களுக்கு என்னிடம் என்ன வேண்டும்?"

"நீதான் வேண்டும். அதையும் அனுப்பிய அதுவே முடிவு செய்ய வேண்டும். படிப்பு, பதவி, வாழ்க்கை என்று எங்கெங்கோ போனாய் ஆனாலும் உன் ஆத்மா எங்களோடே இருந்தது. என்னை உனக்குப் பிடிப்பதுபோல் உன்னையும் எனக்குப் பிடிக்கும். அதனாலேயே இங்கு வந்தேன்."

"நீங்கள் யாரென்று சொல்லவில்லையே!"

"எனக்கு உன்னோடு பேச வேண்டும். உன் ஆத்மாவை மகிழ்விக்க ஒருசில செய்திகளை நான் சொல்லித்தான் ஆக வேண்டும்."

"சரி சொல்லுங்கள்."

"இந்தக் குழந்தை என்ன பாடெல்லாம் படப்போகிறது என்று என்மடியில் உன்னைக் கொண்டுவந்து போட்டபோதே எனக்குத் தெரிந்தது. எங்கே உனது வாழ்வை அரைகுறையாய் முடித்துக்கொண்டு திரும்பவும், பிறப்பெடுத்து விடுவாயோ என நினைத்தேன்."

"பிறப்பும் இறப்பும் என் சித்தமில்லையே!"

"வாழ்வைப் புரிந்துவைத்திருக்கிறாய்."

"நீ பிறந்த ஊர் பற்றிப் பதிவு செய்தது, நீயே அறியாமல் நடந்தது. நீ உன் கடமையைச் செய்வதற்காக எது உனக்குத் தேவையோ அது, அதனதன் காலத்தில் உனக்குக் கொடுக்கப்பட்டது. வேதனைகள் உட்பட... நீ உன் கடமையைச் செய்தாய், அது பற்றிப் பெருமையோ கவலையோ கொள்ளத் தேவையில்லை."

"பிறந்த குலத்தை இழிவுபடுத்தி விட்டதாகச் சொன்னார்களே!"

"உண்மையைச் சொன்னாய். வாழ்வு பதிவு பெற்றே ஆக வேண்டும். யாருக்கும் கிடைக்காத இந்த வாய்ப்பு உனக்குக் கிடைத்ததே என்று மகிழ்ச்சி கொள். இந்த ஊரிலேயே தங்களை அறிவாளிகளாய்க் காட்டிக்கொண்ட பலர் இருக்க, உனக்கு அந்த வாய்ப்புக் கொடுக்கப்பட்டது."

"கோழையான, அறிவிலியான என்னை..."

"அதிக தாழ்ச்சியும் போலியானதாய்க் கருதப்படும். அமைதி கொள். 'ஞானிகள் நாண, நான் அறிவிலிகளைத் தெரிந்து கொண்டேன்' என்ற வாக்குத்தத்தம் நிறைவேறியது."

"இன்னும் நீங்கள் யாரென்று சொல்லவில்லையே!"

"நான் இருக்கிறவராக இருப்பவரின் அங்கம், இந்த ஊரின் ஆத்மா" என்று கூறிபடி அவரை விட்டு அகன்றது.

வீட்டிற்கு வரும் வழியில், அலுவலகத்திலிருந்து அலைபேசியில் அழைப்பு வந்தது. இளம் தொழிலதிபர் பேசினான். ஆயிரம் டன் கொள்ளளவோடு அவர்கள் கட்டி முடித்திருந்த இரண்டு புதுக் கப்பல்கள், வெள்ளோட்டம் பார்த்து முடித்துவிட்டதாயும், ஏற்கெனவே கிழக்குக் கடலில் நடை செய்யும் இரண்டு கப்பல்களோடு, நிறுவனத்திற்கு இப்போது நான்கு கப்பல்கள் இருக்கிறது என்றும் சொன்னான். அவனது பேச்சில், உற்சாகம் தெரிந்தது. சாதாரணச் சுங்க முகவராய், கப்பல் ஏஜெண்டாய், கப்பல்கள் வாடகைக்கு அமர்த்திக்கொடுக்கும் தரகராய் இருந்த நிறுவனம், கப்பல் உரிமையாளர்களாய் மாறிக் கிழக்குத் துறைமுக நகரின் பிரதான வேலைவாய்ப்பு மையமாக உருவாகியதில் அவனுக்கு மட்டற்ற மகிழ்ச்சி. அவரோ, மேலைக்கடலில் வடமேற்கு துறைமுகப் பட்டிணங்களுக்கு நடை செய்யப் புதிய கப்பல்களைப் பயன்படுத்தலாம் என்றும் தென்மேற்குத் தீவு நாட்டிற்காக, மேலும் இரண்டு புதிய கப்பல்கள் கட்டும் பணியையும் ஆரம்பியுங்கள் என்றும் சொன்னார்.

தென்மேற்கில் இருந்த அண்டை நாடு ஒரு தீவுக் கூட்டம். ஆழ்கடலின் நடுவே சுண்ணாம்பு மணற்பரப்புச் சூழத் தீவுகள் இருந்ததால், தானாகவே வளரும் தென்னை மரங்கள், மீன் பிடித்தல் தவிர பெரிதாய் வேறு தொழில்கள் இல்லை. பருவ மழையே அவர்களது குடிநீர் ஆதாரம். அனைத்துத் தேவைகளுக்காகவும் அவர்கள், தீபகற்ப நாட்டையே நம்பியிருந்தார்கள். ஐந்து வருடங்களுக்கு முன்னால், அங்கு புரட்சி நடந்து ஆட்சி மாற்றம் ஏற்பட்டிருந்தது. ஆட்சிப் பொறுப்பேற்றிருந்த இளைஞர்கள், ஆழ்கடல் நடுவே இருந்த அந்தக் குட்டித் தீவுகளை, உலகத் தரத்தில் சுற்றுலாத் தளமாக மாற்றிப் பெரும் பொருளாதார வளர்ச்சி கண்டார்கள். தொடர்ச்சியாய் நடைபெற்ற கட்டுமானங்களால், தென்கிழக்குத் துறைமுக நகரிலிருந்து நடை செய்யும் சரக்குக் கப்பல்களுக்கான தேவை நாளும் அதிகரித்து, வியாபாரமும் பெருகியபடியே இருந்தது.

20

ஆத்தாவின் நினைவுகளோடும், அவரோடு பேசிய பிறந்த ஊர் ஆன்மாவின் நினைவுகளோடும் அவர், திரும்பவும் தீவுக் குடிலுக்கு வந்திருந்தார். அந்தக் குடிலில், மௌனமே இப்போது மொழியாகி இருந்தது. மரங்களோடும் மௌன மொழியிலேயே பேசினார். குடிலில் வாழ்வு ஒரு கட்டுப்பாட்டுக்குள் வந்திருந்தது. அதிகாலை விழிப்பு. காலையில் கிழக்கில் கடலைக் கீறிக் கிளம்பும் கதிரவனுக்கு நன்றி தெரிவித்தல், ஒரு செம்புத் தண்ணீர் பருகுதல், காலைக் கடன். பின் கிழக்குப் பகுதி மரங்களுக்குத் தண்ணீர் பாய்ச்சுதல், கூடவே வாத்து, கோழிகளுக்கு உணவு. ஓடியாடிச் செய்யும் இந்த வேலைகளி லேயே வியர்த்துவிடுகிறது. பின் குளியல். காலை உணவு பெரும்பாலும் பழங்கஞ்சியும் சுட்ட கருவாடும். அலுவலகம் சார்ந்த அலைபேசி அழைப்புகள், உரையாடல்கள், மின்னஞ்சல்கள். மதிய உணவு, பெரும்பாலும் மீன் குழம்போடு . . . சின்ன உறக்கம், பின் மேற்குப் பகுதி மரங்களுக்குத் தண்ணீர் பாய்ச்சுதல், கூடவே செல்லநாய் ராஜாவுக்குக் குளியல்.

குளித்து முடித்ததும் அவரை விளையாடக் கூப்பிடுவான் ராஜா, அவருக்கு ராஜாவின் மொழியும் தெரிந்திருந்தது. பசிக்கிறது, கக்கா போக வேண்டும் என்பதற்கும் விதவிதமாய் ஒலி எழுப்புவான். காது மடல்களையும் வாலையும் நிமிர்த்திக் குழையவிட்டு அவன் ஆட்டிக்காட்டுவதன் வித்தியாசம் அவருக்குத் தெரியும். என் தலையை வருடு என சிலவேளைகளில் மடியில் புகுந்து கொள்வான். ராஜா, பிறந்த ஊர்ப் பக்கமிருந்து கொண்டுவரப்பட்ட வேட்டை நாய். ஆனால் கோழிகளை, வாத்துகளை அவன் சீண்டுவதே யில்லை. ஒருமாதக் குட்டியாக இருக்கும்போதே

இங்கு வந்து அவற்றோடு பழகிவிட்டதால் நட்புணர்வோடு இருக்கிறான். நிலவொளியில் இரைதேடி மேலெழும்பி வரும் கருவாலி நண்டுகளோடு விளையாடுவது ராஜாவுக்குப் பிடிக்கும். முயல்களைக் கண்டால் மட்டும் அவன் வேட்டைப் புத்தியைக் காட்டுவான். இடி, மின்னலும், வெடிச்சத்தமும் அவனுக்குப் பிடிக்காது. வெளிப்புறக் கதவுப் பக்கம் ஆள்நடமாட்டம் இருந்தால் அலார மணியடித்துவிடுவான்.

மாலையில் குடிலின் மேல்த் தளத்தில் தனிமையில் கொஞ்சம் மது. மனைவி, குழந்தைகள், நண்பர்களின் அலைபேசி அழைப்புகள். இரவுணவு, உறக்கம்.

அன்று மது அருந்தியபடி இருந்த வேளையில் வந்த மனைவியின் அலைபேசி அழைப்பு அவரைச் சீண்டியிருந்தது. எப்போதும் ஏதாவது ஒன்றிற்காக மனைவி குற்றம் சாட்டியபடியே இருப்பது வழமைதான் என்றாலும், அன்று ஏனோ மனம் ஏற்க மறுத்தது. இரவுணவிற்குப் பின் தூக்கம் வராமல் படுக்கையிலேயே உருண்டபடி இருந்தவர், எழுந்து மேல்த் தளத்துக்கு வந்திருந்தார். தன் இரு கைகளையும் உயரத் தூக்கி உதவி எனக்கு எங்கிருந்து வரும் எனக் கதற நினைத்தார். சிலுவையில் பாடுகள்பட்டு, உயிர் பிரியும் அந்த வேளையிலும் “பிதாவே, இவர்களை மன்னியும் இவர்கள் செய்வது இன்னது என்று அறியாமல் செய்கிறார்கள்” என்று தன்னைத் துன்புறுத்தியவர்கள் தரப்பு நியாயத்துக்காகவும் பிதாவிடம் மன்றாடிய பூரண ஞானம் பெற்றிருந்த தச்சன் மகனை நினைத்துக்கொண்டார். நல்ல வளர்பிறை நிலவொளி. வானில் பூத்திருந்த நட்சத்திரங்களுக்கு இணையாகக், கடலிலும் ஒளிப் புள்ளிகள். எல்லாமே கரைக்கடலில், அத்துமீறித் தொழில் செய்யும் விசைப்படகுகள். இளம் கச்சான் காற்று அசைவாடியபடி இருந்தது. கடலின் அலையோசையும் தாளம் தப்பாமல் வந்தபடியிருந்தது. தனிமையில் இருக்கும் தான் தனிமையில் இல்லை என்பதை அவர் உணர்ந்தார்.

“இந்த வேதனைகளுக்கு முடிவே இல்லையா என்று உன் மனம் சொல்கிறதா?”

“இது யாருடைய குரல்?”

தனக்குப் பரிச்சயமான குரலாய்த் தெரிகிறதே என அச்சம் கொண்டார். வயது முதிர்ந்த பிறகும் அவருக்கு ஆவிகளைப் பற்றிய அச்சம் இன்னும் நீங்கியபாடில்லை. வெகுநேர அமைதிக்குப் பின் அந்தக் குரல் மீண்டும் கேட்டது.

“நான் உன் ஆன்மாவின் குரல்.”

“கடலோடு, காற்றோடு, வேப்பமரத்தோடு பேசியிருக்கிறேன். ஏன் கடவுளோடும் பேசுவேன். அவர் என் குரலுக்குச் செவிமடுத்ததோடு சரி, பதில் சொன்னதில்லை. அவரது சம்மனசுகள் எனக்குக் கனவில் வந்து எச்சரித்திருக்கிறார்கள். ஆனால் சிறு வயதிலிருந்தே ஒரு குரல் கேட்கும், அக்குரலைச் சிலவேளைகளில் கேட்டும் கேட்காமலும் இருந்திருக்கிறேன்.”

“உன் கூக்குரல், ஆபேலின் குரல்போல விண்முட்டப் பாய்கிறது.”

“. . .”

“ஏன் இப்படித் துடித்துப் பதறுகிறாய். இவ்வளவு தூரம் பயணித்திருக்கிறாய், படிப்பு, அனுபவமெனக் கடந்து வந்திருக்கிறாய், இன்னும் வாழ்வைப் புரிந்துகொள்ளாதவனாகவே இருக்கிறாயே!”

“ஆட்சியதிகாரங்களுக்குப் போய்விடலாம், படை நடத்தி நாடுகளை வெல்லலாம், ஆனால் குடும்பம் நடத்திப் பார்த்தால் தானே தெரியும்.”

‘‘ஜனனத்திலிருந்து, மரணம் வரை உன்னோடே இருக்கும் நான், உன் ஆன்மா. எனக்குத் தெரியாதது எதுவும் உனக்கு நடந்து விடவில்லை. ஏன், மற்ற எவருக்கும் நடக்காதது எதுவும்கூட உனக்கு நடந்துவிடவில்லை.”

“. . .”

“ஏதாவது ஒரு உறுத்தல் இருப்பது நல்லது.”

“ஏன்?”

“உன்னை உணர்வதற்காக, உன் தொடர்ச் செயல்பாடுகளுக்காக.”

“உறுத்தல் இல்லாவிட்டால்!”

“நிகழ் மாயையின் மகிழ்வில், இலக்கை மறந்துவிடுவாய்.”

“. . .”

“மனைவி உன்னைப் புரிந்துகொள்ளவில்லை என அரற்றுகிறாய். நீயும், உனது குழந்தைகளுமே அவளது உலகம். அதற்கு மேல் அவளுக்கு யோசிக்கத் தெரியாது. அவள் அறியாமையில் ஏதோ சொல்லிவிட்டாள், அதற்காகக் கதறுகிறாய்.”

“. . .”

"தன்னைக் கொலைபாதகம் செய்தவர்களுக்காகவும், பிதாவிடம் மன்றாடிய தச்சன் மகன் எங்கே நீ? எங்கே? உன்னைப் போன்ற பலவீனர்களால், அவரைப் பின்பற்ற முடியாது."

"அவரைப் பின்பற்ற முயல்கிறேன். சுதந்திரமான மனநிலையில் இருக்கும்போதுதானே இயல்பான மனிதனாய் இருக்க முடியும்."

"இந்த உலகில் பிறந்த அனைவருமே ஏதோ ஒரு வகையில் சிறைப் பட்டவர்களே. கருவறை முதல் உனக்கான சிறை ஆரம்பமாகிறது. பதவி, அதிகாரம் அனைத்தும் சிறையே."

"..."

"சில சிறைகள் நீயாகத் தேடிக்கொண்டது. அவற்றிலும் குறைபட்டுக் கொள்கிறாய்."

"என்றுதான் விடுதலை?"

"மரணம்தான் விடுதலை. இந்தத் தீவுக்கு நீ வந்தபோதுகூட, உனக்கான ஒரு துணை ஏற்பாடு செய்யப்பட்டிருந்தது."

"என்னோடு இருக்கும் பெரியவரைச் சொல்கிறாயா?"

"உன்னைச் சந்திப்பதற்காகவே அவர் உன்னுடைய தோட்டத்தில் நிறுத்திவைக்கப்பட்டிருந்தார். நீங்கள் சந்திக்க வேண்டியது எங்கள் விருப்பம். அதுதான் நடக்கும், அதுவே நடந்தது. பிறந்த ஊரில் தாயாரைச் சந்திக்கப்போன இடத்தில் உன்னை வழியில் உள்ள தோட்டத்துக்கு இழுத்தது எது? அந்தப் பெரியவரைச் சந்திக்கும் எண்ணம் உனக்கு ஏற்கெனவே இருந்ததா?"

"இல்லை, உண்மைதான். பல வருடங்களாக அந்தத் தோட்டத்தில் இருந்தவர் ஏதோ காரணங்களுக்காகப் போய்விட்டாரே!"

"பின் எப்படி அங்கு வந்தார், நீ தோட்டத்துக்குப் போகாமல் நேரே தாயாரின் வீட்டிற்குச் சென்றிருந்தால், அவரைச் சந்தித்திருக்க முடியாது என்பதை நான் சொல்லி நீ அறிய வேண்டியதில்லை."

"..."

"எல்லாமே பிரபஞ்சச் சீர்மையின் அடிப்படையில் இயங்கும் இயக்கம். என்னோடு வருகிறீர்களா என நீ கேட்டதும், மறுக்காமல் பையைத் தூக்கிக்கொண்டு வந்தாரே. இந்த வனாந்திரத்தில் உனக்கான துணை ஏற்பாடு செய்யப்பட்டது. உனக்கு என்ன தேவையோ அது நீ கேட்காமலேயே கொடுக்கப்

பட்டது. பெரியவர் இல்லாது இருந்திருந்தால், இந்தக் காய்ந்த மணற் தேரியைத் தோப்பாக மாற்றியிருக்க முடியுமா? பசித்த வேளைகளில் உனக்குச் சாப்பாடும் கிடைத்திருக்குமா?"

"நான் மறுக்கவில்லையே."

"மனம் ஒரு குரங்கு, மூளையும் பெரிய வித்தியாசமில்லை. அந்தக் குரங்குக்கு ஏற்றார்ப்போல் லாப, நஷ்டக் கணக்குப் பார்த்தபடியே இருக்கும்."

"என்னதான் சொல்லவருகிறாய்?"

"கற்றது, கேட்டது கொண்டு அவை அப்படித்தான் இயங்க முடியும். ஆனால் நான் அப்படியில்லை. வாழ்வுக்கு முன்னாலும் பின்னாலும் உள்ள ரகசியங்கள் எனக்குத் தெரியும். காரண காரியங்களை அலசி ஆராய முடியும்."

"..."

"முழுமை நோக்கிய முற்றுப்பெறாத பயணமே, இந்த உலகில் அனைத்தையும் உருவாக்கின."

"..."

"கடல் அலைகள்போல மனித மனதில் எண்ணங்கள் தோன்றியபடியே இருக்கும். தேவை சார்ந்து தீர்வுகளை முன்வைக்கும். அடுத்த தேவை உருவாகும், தீர்வுக்கான முயற்சிகள் தொடர்ந்தபடியே இருக்கும்."

"..."

"இறந்துபோகும் இந்த அற்ப உடலைச் சார்ந்தவன் அல்லன் நான். முடிவில்லா வாழ்வின் அங்கம். இருந்தவராக, இருக்கிறவராக, இருப்பவராக இருப்பவரின் அங்கம்."

"..."

"இந்த உடல் சார்ந்த கவலையே உனக்கு. பிறவிப் பெருங்கடலைப் பயணித்துக் கடப்பதற்கான படகு உன் உடல். உன்னைப்போலவே எல்லோரையும் அவரவர் படகுகளில் ஏற்றிவிடுவோம். படகு என்ற புரிதல் வந்து, பயணம் மட்டும் செய்தவர்கள், பிறப்பு என்ற மாயையிலிருந்து தப்பித்துக்கொள்கிறார்கள்."

"..."

"அற்பப் பெயராகவே வாழும் சிலருக்கு, தாங்கள் ஏறி யிருக்கும் படகு பற்றியே மமதை வந்துவிடுகிறது. என் அழகை,

அறிவை, துறவை, அதிகாரத்தை, செல்வச் செழிப்பைப் பார்த்தாயா எனக் கூத்தாடுகிறார்கள்."

"..."

"சிலருக்கோ எனது படகு, மற்றவரது படகைப் போல் இல்லையே என்ற குறைபாடு. அவர்களுக்கு அய்யோ கேடு."

"..."

"சிலர்தான் கிடைத்த படகை அழகாக்குகிறார்கள். காலம் உள்ளவரை அப் படகுகளின் பெயர்கள் நிலைபெற்று விடுகின்றன. உடன் பயணிப்பவர்களுக்கு உதவி செய்கிறார்கள். ஆனாலும் பயணம் தனியானது, ஒருவரது பயணத்தை மற்றொருவர் முடிக்க முடியாது."

"..."

"நீ கடந்து வந்திருக்கும் காலம், எங்களைப் பொறுத்த வரையில் ஒரு நொடிப் பொழுதிற்குச் சமம்."

"..."

"உன்னைக் கருப்பன், கூனன், எதற்கும் லாயக்கில்லாதவன் என்று எள்ளி நகையாடினார்களே, அவற்றை நான் அவதானித்தபடியேதான் இருந்தேன்."

"..."

"சிறுவயது முதலே உனக்கு நிறைய ஆசைகள் இருந்தன. அவை மாறிக் கொண்டும் இருந்தன. வளர்ச்சிக்கேற்ப விதவிதமான ஆசைகள். பொம்மை, படிப்பு, அழகு, காதலி, வேலை, பணம், மனைவி, குழந்தைகள், அதிகாரம், அந்தஸ்து இன்னும் என்னென்னவோ...'

"என் பணியைத்தானே செய்தேன்."

"அனைத்திலும் நிம்மதியில்லாமல் இருந்தாய். அதன் பொருள், உன் ஆசைகள் பூர்த்தியாகவில்லை, எதிலும் நீ நிறைவடையவில்லை என்பதுதானே."

"..."

"எல்லாவற்றிலும் உனக்குப் பதற்றம். குழந்தையாய், இளைஞனாய், கணவனாய், ஊழியனாய், தகப்பனாய்..."

"..."

"உனக்கானதுதான் உனக்கானது. மற்றொருவருக்கானது ஒருபோதும் உனக்கானதாய் இருக்காது. அரசுப் பணி, சமூக

சேவை ஆசை, இப்போது சமீபத்தில் அரசியல்வாதியாகி ஆட்சியதிகாரத்துக்குப் போக வேண்டும் என்ற ஆசையும் துளிர் விட்டிருக்கிறது. சிறு பிள்ளையாகவே இருக்கிறாய், அந்தக் காலத்தில் நீ குச்சி மிட்டாய்க்கும், குதிரை பொம்மைக்கும் ஆசைப்பட்டதுதான் எனக்கு ஞாபகம் வருகிறது."

"அதற்கான தகுதி எனக்கு இல்லை என்று நினைக்கிறாயா?"

"எழுத வேண்டுமென நீ ஆசைப்பட்டாயா?"

"இல்லை."

"பின் எப்படி எழுதினாய்? நீ ஆசைப்படாத எழுத்து ஒன்றில்தான் உனக்குப் பதற்றமில்லாமல் இருந்தது."

"உண்மை."

"வாழ்வின் நிகழ் கணங்களில் மகிழ்வாய் இரு. எப்போதும் அடுத்த படகுகளோடு உன் படகை ஒப்பிடாதே."

". . ."

"இங்கு பக்கத்தில் உன் நிலத்திற்குப் பின்புறம் இருக்கும் நிலம், உனக்குக் கிடைத்தால் நலமாய் இருக்குமே என்று நீ ஏங்கியது எனக்குத் தெரியாதா. இதுவே என் கல்லறை, இங்கேயே நான் புதைக்கப்பட வேண்டும் என மது போதையில் உன் நண்பர்களிடம் நீ உளறியதும் எனக்குத் தெரியும். நீ யார், அவற்றையெல்லாம் முடிவு செய்ய? உனக்கான முடிவு எங்கு, எப்போது வருமென்று உனக்குத் தெரியுமா?"

". . ."

"இது பாதை, பயணப்படு. அற்ப மாயைகளில் சிக்கி அவதியுறாதே. உன்னால் கட்டுப்படுத்த முடியாத காரியங்களில் அமைதியாய் இரு."

". . ."

"இந்தத் தீவுக்கு வரும்போது எழுதக் கூடாது என்ற முடிவோடுதானே வந்தாய், உன்னால் முடிந்ததா? திரும்பவும் சொல்கிறேன் உனக்கு முடியாதவற்றை உன்னால் கட்டுப்படுத்தவே முடியாது. அமைதிப்படு, உன் ஆன்மாவின் குரலைக் கேள்."

". . ."

"குடும்பம் ஒரு சுகமான சிலுவை. சில மணித் துளிகளில் கடந்துபோகும் குடும்பச் சிக்கல்கள், உறவுகளின் துன்பம் இவற்றை நினைத்து வாழ்வை வீணாக்காதே. எது நடக்க வேண்டுமோ

யாத்திரை
149

அதுவே நடக்கும். எது நடந்ததோ, அதுவே நல்லது. எல்லா வேதனைகளுக்கும் விடியல் உண்டு."

"..."

"அட்லாண்டிக் கரையோரமிருந்து வந்தவர்களால் எங்கள் நம்பிக்கை பாழானது என அடிக்கடி புலம்புகிறாய். அந்த நம்பிக்கை மாற்றம்தான் இயேசு என்ற மாமனிதத்தை உனக்கு அறிமுகப்படுத்தியது. மாறிவரும் இந்த உலகம் பலரது பங்களிப்பால் முன்னேறி இருக்கிறது."

"..."

"குடும்பப் பொறுப்பைத் துறந்து, ஞானம் தேடிப் புறப்பட்ட கௌதம சித்தார்த்தனும், பிறப்பறுக்க முடியாமல் இங்குதான் அலைகிறான் என்பதை அறிவாயா...!"

"சரி, நான் என்னதான் செய்ய வேண்டும்?"

"தச்சன் மகன் சொன்னதுதான், உன் சிலுவையைச் சுமந்து கொண்டு அவரைப் பின்செல்."

உடல் சிலிர்த்து அடங்கியது. மனதில் பூரண அமைதி. படுப்பதற்காகக் கீழே இறங்கிவந்தார், உடம்பு இலகுவாகிக் காற்றில் மிதப்பது போல் இருந்தது. ஆத்தாவின் தலையணையில் நிம்மதியான உறக்கம்.

வட்டார வழக்குச் சொல்லகராதி

அரநீவாடு - கரையிலிருந்து ஆழ்கடல் நோக்கிப் பாயும் நீரோட்டம்

அல்குய்ஞும் - போர்ச்சுக்கீசியரால் பரதவர்களுக்குக் கொடுக்கப்பட்ட குடும்பப் பெயர்

ஓமல் - மீன் போடப் பயன்படும் பனை ஓலைப் பை

கணியம் - கடலின் இலக்குகள்

கமர் - பாய்மரக் கப்பலின் பக்கவாட்டுப் பலகை

கோட்டுமால் - கயிறுகளில் தயாரிக்கப்பட்ட மீன் வைக்கும் பை

கோலி - மகாராஷ்ட்ரா மாநிலப் பராம்பரிய மீனவர்

மெனக்கடன் - கடல்தொழில் செய்யாத பரதவர்கள் (நாட்கள்)

சக்ரீஸ்த்து - ஆலயத்தில் பீடத்தின் பின் அறை

சோணிவாடு - கடலில் மேற்கிலிருந்து கிழக்கு நோக்கிப் பாயும் நீரோட்டம்

சோழவெலங்கு - கடலில் தென்மேற்குப் பகுதி

தம்புறு - கொட்டு (இசைக்கருவி)

பருமல் - கட்டுமரத்தில் பாய் கட்டப் பயன்படும் நீளமான கம்பு

விடிலி - தேரிக்காட்டுப் பனையேறியின் குடிசை

வெலங்கே - கடலில் வெகு தூரத்தில்